பேரப்பேச்சு

'பிரையன் டிரேசி வெற்றி நூலகம்'
என்ற தலைப்பின் கீழ்
மஞ்சுள் பப்ளிஷிங் ஹவுஸ்
தமிழில் வெளியிட்டுள்ள நூல்கள்

1. தலைமைத்துவம்
2. நிர்வாகத் திறமை
3. சந்தை நிர்வாகம்
4. ஊக்குவிப்பு
5. தனிநபர் வெற்றி
6. விற்பனையில் வெற்றி
7. நேர நிர்வாகம்
8. தொழில் உத்தி
9. விற்பனை நிர்வாகம்
10. பேரப்பேச்சு

பேரப்பேச்சு

பிரையன் டிரேசி

தமிழில்:
PSV குமாரசாமி

MANJUL
மஞ்சுள் பப்ளிஷிங் ஹவுஸ்

First published in India by

MANJUL

Manjul Publishing House

Corporate and Editorial Office

• 2nd Floor, Usha Preet Complex, 42 Malviya Nagar, Bhopal 462 003 – India

Sales and Marketing Office

• C-16, Sector 3, Noida, Uttar Pradesh 201301 – India

Website: www.manjulindia.com

Distribution Centres

Ahmedabad, Bengaluru, Bhopal, Kolkata, Chennai,
Hyderabad, Mumbai, New Delhi, Pune

Tamil Translation of *Negotiation* by Brian Tracy

Tamil edition first published in 2024 by Manjul Publishing House Pvt. Ltd.

This edition first published in 2024

ISBN 978-93-5543-505-7

Translated by PSV Kumarasamy
Edited by Nagalakshmi Shanmugam
Layout by Manoranjan Kumar

Printed and bound in India by Repro India Limited

உள்ளடக்கம்

முன்னுரை

உங்களுடைய தனிப்பட்ட வாழ்க்கையிலும் தொழில் வாழ்க்கையிலும், உங்களுடைய வெற்றி, ஒவ்வொரு சூழலிலும் உங்களுடைய சொந்த நலனைப் பாதுகாத்துக் கொள்வதற்காகப் பேரம் பேசுவதற்கு உங்களுக்கு இருக்கின்ற திறனால் தீர்மானிக்கப்படுகிறது. உங்களுடைய தனிப்பட்ட வாழ்க்கையிலும் தொழில் வாழ்க்கையிலும் நீங்கள் மேற்கொள்கின்ற அனைத்து உறவாடல்களின்மீதும் பெரும் தாக்கம் ஏற்படுத்தக்கூடிய ஒரு திறன்தான் பேரப்பேச்சு. பேரப்பேச்சின் மூலம் உங்களால் உங்களுடைய நலனைப் பேண முடியாமல் போனால், அந்தக் கலையில் வல்லவர்களாகத் திகழ்பவர்களின் தந்திரங்களுக்கு நீங்கள் பலியாக நேரிடலாம். பேரப்பேச்சில் நீங்கள் சிறந்து விளங்கினால், எப்போதும் உங்களால் கூடுதல் வருவாய் ஈட்ட முடியலாம் அல்லது ஒரு பேச்சுவார்த்தையில்

அனுகூலம் பெறலாம்.

வாழ்க்கையை, தொட்டிலிலிருந்து சுடுகாடுவரை நீள்கின்ற ஒரு நெடிய பேரப்பேச்சுக் காலமாகப் பார்க்கலாம். பேரம்பேசுதல் ஒருபோதும் முடிவுக்கு வருவதில்லை. வாழ்தல் மற்றும் பிறருடனான கருத்துப் பரிமாற்றத்தின் ஒரு முக்கிய அம்சம் அது. ஒன்றுக்கொன்று முரண்பட்ட ஈடுபாடுகளையும் விழுமியங்களையும் கொண்டிருக்கின்ற தனிநபர்கள், இணக்கத்துடன் வாழ்வதற்கும் இணைந்து பணியாற்றுவதற்கும் ஆக்கபூர்வமான வழிகளைக் கண்டுபிடிப்பதற்கான ஒரு முறை இது. பிறருடனான உங்களுடைய அனைத்து உறவாடல்களிலும் நீங்கள் வெற்றிகரமாகத் திகழ்வதற்கு நீங்கள் பேரப்பேச்சில் வெற்றிகரமாகத் திகழ்வது இன்றியமையாதது.

மனித நாகரிகம் தொடங்கிய காலத்திலிருந்தே மனிதர்களுக்கு இடையே பேரப்பேச்சு நடைபெற்றுக் கொண்டுதான் இருக்கிறது. ஏனெனில், மனிதர்கள் எப்போதுமே, ஒப்பீட்டுரீதியாகத் தங்களுடைய நிலையை உயர்த்திக் கொள்வதில் ஆர்வம் காட்டி வந்துள்ளனர். மகிழ்ச்சி, செல்வம், பதவி, அன்பு, பாதுகாப்பு, அந்தஸ்து, கௌரவம், வெற்றி போன்ற நல்ல விஷயங்களை அதிகம் பெறவே ஒவ்வொருவரும் விரும்புகின்றனர். மக்கள் தங்களுடைய இலக்குகளை விரைவாகவும், சுலபமாகவும், நேரத்தையும் பணத்தையும் குறைவாகச் செலவழித்தும் அடைய விரும்புகிறார்கள். நாம் அடைய விரும்புகின்ற அதே இலக்குகளை அடையவும், அதே விளைவுகளைப் பெறவும் விரும்புகின்ற பிற மக்களுடன் எப்போதும் நாம் ஒவ்வொருவரும் ஏதோ ஒரு விதத்தில் போட்டி போட்டுக் கொண்டிருக்கிறோம்.

மிகச் சிறந்த விளைவுகளை நாம் சாதிப்பதை உறுதி செய்யும் நோக்கத்தில், விட்டுக்கொடுத்தல், பரிமாற்றம், பேரப்பேச்சு ஆகியவற்றைப் பயன்படுத்தி, பிறருடன் முரண்பட்டு இருக்கின்ற நம்முடைய தேவைகளையும் விருப்பங்களையும் ஓரளவுக்குச் சமன்படுத்திக் கொள்ள

நாம் முயல்கிறோம்.

மதிப்பு தனிமனித விருப்பம் சார்ந்தது

ஒரு பொருளின் மதிப்பு அல்லது அதன் விலை எப்போதும் அதற்கு இருக்கின்ற தேவையால் மட்டுமே நிர்ணயிக்கப்படுகிறது. ஒரு குறிப்பிட்ட நபர், ஒரு குறிப்பிட்ட நேரத்தில், ஒரு குறிப்பிட்டச் சூழலில் ஒரு பொருளின் மதிப்பு எவ்வளவு இருக்கும் என்று கருதுவதன் அடிப்படையிலே அதன் விலை நிர்ணயிக்கப்படுகிறது.

இப்படிப்பட்ட மதிப்பீடுகள் எப்போதும் தனிமனித விருப்பம் சார்ந்தவையாக இருப்பதால், ஒரு பொருளுக்கான விலை எப்போதும் சரியானதாகவோ, அறுதியானதாகவோ அல்லது முன்கூட்டியே முடிவு செய்யப்பட்டதாகவோ இருக்க முடியாது. இருவருக்கு இடையே ஒரு பொருளின் பரிமாற்றம் நிகழ்கின்றபோது, அதைப் பெறுபவர் அதற்கு அளிக்கத் தயாராக இருக்கின்ற விலை, அல்லது அதைக் கொடுப்பவர் அதற்குப் பெறத் தயாராக இருக்கின்ற மதிப்பு, எப்போதுமே, அந்த நேரத்தில் அவர்களுடைய தேவையின் அளவு, அதில் ஈடுபட்டுள்ளவர்களின் இயல்பு ஆகியவற்றால் தீர்மானிக்கப்படுகிறது. தனிநபர்களின் விருப்பம் சார்ந்த மதிப்பீடுகள்தாம் பணம், பொருள் அல்லது சேவைகளின் பரிமாற்றத்திற்கான விருப்பத்தை உருவாக்குகின்றன. வணிகரீதியான ஒரு பரிமாற்றம் நிகழ்கின்றபோது, அதில் ஈடுபட்டுள்ளவர்கள், அதற்குப் பிறகு தாங்கள் ஒரு மேம்பட்ட நிலையில் இருப்போம் என்று நம்பினால் மட்டுமே அதற்கான விலையையும் பிற விதிமுறைகளையும் ஏற்றுக் கொள்வர். “பந்தயத்தில் ஒரு குதிரையை ஓட வைப்பதே மக்களின் அபிப்பிராயங்களில் இருக்கின்ற வேறுபாடுகள்தாம்,” என்ற கூற்றை நீங்கள் கேள்விப்பட்டிருக்கலாம்.

நடைமுறைக்கு உகந்த உத்திகளும் முறைகளும்

நான் என் வாழ்வில், கோடிக்கணக்கான டாலர்கள் மதிப்புள்ள ஒப்பந்தங்கள் குறித்தப் பேரப்பேச்சுகளில் ஈடுபட்டுள்ளேன். அவற்றில், குடியிருப்புக் கட்டடங்கள், வணிக வளாகங்கள், அலுவலகக் கட்டடங்கள், வீட்டு மனைகள் ஆகியவை தொடர்பான ஒப்பந்தங்கள், கார் இறக்குமதி மற்றும் விநியோகம் தொடர்பான ஒப்பந்தங்கள், அச்சடிப்பு, ஆலோசனை, விளம்பரம், மாநாடுகள், கூட்டங்கள் மற்றும் ஆயிரக்கணக்கான பொருட்களின் விற்பனை தொடர்பான ஒப்பந்தங்கள் போன்றவை அடங்கும்.

அதனால், இந்நூலில் இடம்பெற்றுள்ள யோசனைகள் அனைத்தும் பல்லாண்டு கால அனுபவங்களிலிருந்து பிறந்தவை. அந்த அனுபவங்களில் நல்லவையும் அடங்கும், மோசமானவையும் அடங்கும். அதோடு, நான் பேரப்பேச்சுக் கலைக்குப் பின்னாலுள்ள அறிவியல் குறித்தும் பல ஆண்டுகளாக ஆய்வு செய்து வந்துள்ளேன். பேரப்பேச்சுத் துறையில் இதுவரை கண்டுபிடிக்கப்பட்டுள்ள முக்கியமான பல உத்திகளையும் தந்திரங்களையும் இந்நூலில் நீங்கள் கற்றுக் கொள்ள இருக்கிறீர்கள்.

இதில் இடம்பெற்றுள்ள ஒவ்வொரு யோசனையும் நடைமுறைக்கு உகந்தது, சந்தேகத்திற்கு இடமின்றி நிரூபிக்கப்பட்டது, உடனடியாகச் செயல்படுத்தத்தக்கது. அவை செம்மையாக வேலை செய்பவை. உங்களுடைய வாழ்க்கையில் நீங்கள் எதிர்கொள்கின்ற கிட்டத்தட்ட அனைத்துச் சூழல்களிலும் உங்கள் கை ஓங்கியிருக்க உங்களுக்கு உதவுபவை அவை. நான் இத்திறனை உலகெங்குமுள்ள இலட்சக்கணக்கான தொழிலதிபர்களுக்குக் கற்றுக் கொடுத்துள்ளேன். அவர்கள் பேரப்பேச்சின் மூலம் சாதித்துள்ளவற்றில் பல அவர்களுடைய வாழ்க்கையையே புரட்டிப் போட்டுள்ளன. இந்நூலில் நீங்கள் கற்றுக் கொள்ள

இருக்கின்ற விஷயங்களில் ஒரு சிறு பகுதியை ஒரு திட்டவட்டமான முறையில் தொடர்ச்சியாக உங்களுடைய வாழ்க்கையில் செயல்படுத்தி வந்தால், நீங்கள் ஈடுபட்டுள்ள காரியங்களின் விளைவுகளின் தரத்திலும் எண்ணிக்கையிலும் உங்களால் பெரும் மேம்பாட்டை உருவாக்க முடியும்.

பேரப்பேச்சு கற்றுக் கொள்ளப்படக்கூடியது

சிறு குழந்தைகள்கூட பேரப்பேச்சில் ஈடுபடுகின்றனர். அவர்கள் தங்களுடைய பெற்றோர் மற்றும் பிற உறவினர்களோடு பேரப்பேச்சில் ஈடுபடுவதற்கு, அணைப்பையும் அன்பையும் நாணயமாகப் பயன்படுத்துகின்றனர். பேரம் பேசுதல் அல்லது பேரம் பேசாதிருத்தல், சமரசம் செய்து கொள்ளுதல் அல்லது சமரசம் செய்து கொள்ள மறுத்தல், முரண்பாடான நலன்களுக்கு இடையே இணக்கத்தை ஏற்படுத்த முயலுதல் போன்ற நடவடிக்கைகள் மனித வாழ்க்கையின் பிரிக்கப்பட முடியாத அம்சங்களாகும். மிகச் சிறந்த முறையில் பேரம் பேசுவதற்கான உங்களுடைய திறனால் உங்களுடைய நிதி வாழ்க்கையிலும், உங்களுடைய வேலையிலும், உங்களுடைய உறவுகளிலும், அன்றாட வாழ்க்கையில் நீங்கள் கொடுக்க வேண்டியிருக்கின்ற அல்லது பெற வேண்டியிருக்கின்ற அனைத்துச் சூழ்நிலைகளிலும் அசாதாரணமான வித்தியாசங்களை ஏற்படுத்த முடியும்.

அதிர்ஷ்டவசமாக, பேரப்பேச்சு என்பது ஒரு திறன் என்பதால் அதைக் கற்றுக் கொள்ள முடியும். பேரப்பேச்சில் இன்று வல்லவர்களாகத் திகழ்கின்ற ஒவ்வொருவரும் ஒரு காலத்தில் அதில் மோசமாக இருந்தவர்கள்தாம், அதனால் மோசமாக பாதிக்கப்பட்டவர்கள்தாம். பேரப்பேச்சு குறித்து நீங்கள் எவ்வளவு அதிகமாகச் சிந்திக்கிறீர்களோ, எவ்வளவு அதிகமாகக் கற்றுக் கொள்கிறீர்களோ,

எவ்வளவு அதிகமாகப் பயிற்சி செய்கிறீர்களோ, அவ்வளவு மேம்பட்ட ஒரு பேரப்பேச்சாளராக நீங்கள் ஆவீர்கள். பேரப்பேச்சில் உங்களுக்கு மேன்மேலும் மேம்பட்ட விளைவுகள் கிடைக்கக் கிடைக்க, நீங்கள் அதிக மகிழ்ச்சி அடைவீர்கள், அதிகத் தன்னம்பிக்கை உடையவராக ஆவீர்கள், வாழ்க்கை அதிக அளவு உங்கள் கட்டுப்பாட்டில் இருப்பதாக உணர்வீர்கள்.

நாம் செய்து கொண்டிருக்கின்ற விஷயங்களை, அது குறித்து நம்மால் என்ன செய்திருக்க முடியும் என்பதோடு ஒப்பிடுவது நாம் கற்றுக் கொள்வதற்கான ஆற்றல்மிக்க வழிகளில் ஒன்று. இன்று உங்களுடைய தனிப்பட்ட வாழ்க்கையில் அல்லது தொழில் வாழ்க்கையில் நீங்கள் பேரப்பேச்சில் ஈடுபட்டுக் கொண்டிருக்கின்ற குறிப்பிட்ட விஷயம் ஒன்றை எடுத்துக் கொள்ளுங்கள். இந்தப் புத்தகத்தை நீங்கள் படித்துக் கொண்டிருக்கும்போதே, அந்த விஷயத்தில் இப்போது உங்களுக்குக் கிடைத்துக் கொண்டிருக்கின்ற விளைவைவிட மேம்பட்ட விளைவைப் பெறுவதற்கு இதில் கூறப்பட்டுள்ள உத்திகளை எப்படிப் பயன்படுத்தலாம் என்று யோசியுங்கள். இதில் கூறப்பட்டுள்ள யோசனைகளை நீங்கள் செயல்படுத்துகின்றபோது, பேரப்பேச்சு எந்த அளவுக்கு உங்களுக்கு நன்மை பயக்கிறது என்பதையும், அதன் விளைவாக நீங்கள் அந்த அளவுக்கு மகிழ்ச்சியாக இருப்பீர்கள் என்பதையும் கண்டு நீங்கள் பெரும் வியப்படைவீர்கள்.

அத்தியாயம் ஒன்று

அனைத்தும் பேரத்திற்கு உட்பட்டவைதாம்

உங்களுடைய தனிப்பட்ட வாழ்க்கையிலும் சரி, தொழில் வாழ்க்கையிலும் சரி, "அனைத்துமே பேரத்திற்கு உட்பட்டவைதாம்" என்பதுதான் இனி உங்களுடைய தாரக மந்திரமாக இருக்க வேண்டும். வெற்றிக்கும் மகிழ்ச்சிக்கும் பெரும் தடையாக இருப்பது செயலறு நிலை. செயலற்று இருக்கின்ற மக்கள் தங்களுடைய தற்போதைய நிலையை அப்படியே ஏற்றுக் கொள்கின்றனர். பொதுவாக, தங்களுடைய சூழலை மாற்றக்கூடிய நிலையில் தாங்கள் இல்லை என்ற உணர்வு அவர்களிடம் இருக்கும். மறுபுறம், தன்முனைப்புள்ள மக்கள் எல்லா இடங்களிலும் வாய்ப்புகளையும் சாத்தியக்கூறுகளையுமே பார்க்கின்றனர். அனைத்துச் சூழல்களையும் தங்களுக்குச் சாதகமாகப் பயன்படுத்திக்

கொள்வதற்கான வழிகளை அவர்கள் எப்போதும் தேடிக் கொண்டிருக்கின்றனர். இதுதான் உங்களுடைய உத்தியாகவும் இருக்க வேண்டும்.

ஒரு பேரப்பேச்சாளரைப்போலச் சிந்தியுங்கள்

அச்சில் வடிக்கப்பட்டிருந்தால்கூட, எந்தவொரு பொருளின் விலையோ அல்லது ஒப்பந்தங்களின் நிபந்தனைகளோ நிலையானவை அல்ல. விலைகள் அல்லது நிபந்தனைகள் எவ்வளவு உறுதியானவையாகவும் மாற்றப்பட முடியாதவையாகவும் தோன்றினாலும்கூட, அனைத்துமே பேரம்பேசப்படக்கூடியவைதாம் என்பதை நீங்கள் எப்போதும் நினைவில் வைத்திருக்க வேண்டும். உங்களுக்கு வழங்கப்படுகின்ற விலை முன்மொழிவைவிட மேம்பட்ட ஒன்றை எங்கே, எப்படிப் பெறுவது என்பதைக் கண்டுபிடிப்பதுதான் உங்களுடைய வேலை.

சுமார் 6,000 ஆண்டுகளுக்கு முன்பு, சுமேரியாவில் மக்கள் பண்டமாற்று முறையின் மூலம் வணிகத்தில் ஈடுபடத் தொடங்கியபோதே, எதுவொன்றின் விலையும் பேரத்திற்கு உட்பட்டது என்ற பொதுவான புரிதல் ஏற்பட்டுவிட்டது. மூன்றாம் உலக நாடுகளிலுள்ள சந்தைகளிலும் பஜார்களிலும், மேற்கத்திய நாடுகளிலுள்ள பயன்படுத்தப்பட்டப் பொருட்களின் திடீர்ச் சந்தைகளிலும் விற்கப்படுகின்ற எந்தவொரு பொருளின் விலையும், ஒரு நல்ல பேரப்பேச்சாளர் சிறந்த விலையைப் பெறுவதற்கான ஒரு தொடக்கப் புள்ளி மட்டுமே.

ஆனால், நவீன உலகின் பிற இடங்களில், பேரம் பேசுதல் ஊக்குவிக்கப்படுவதில்லை. விற்பனையாளர்கள், குறிப்பாக, பெரிய வர்த்தகச் சந்தையில் தங்களுடைய வியாபாரத்தை நடத்துபவர்கள், பேரப்பேச்சை எக்காரணம் கொண்டும் ஊக்குவிப்பதில்லை. அதனால், அவர்கள் ஒரு விலைப் பட்டியலைத் தயார்

செய்து உங்களிடம் காட்டுகின்றனர் அல்லது தாங்கள் விற்கின்ற பொருளின் விலையை அச்சடித்து அதன்மீது ஒட்டிவிடுகின்றனர். பின்னர், அது ஏதோ கல்லில் செதுக்கப்பட்ட ஒன்று என்பதைப்போல அதை அவர்கள் உங்களிடம் சமர்ப்பிக்கின்றனர். ஆனால், ஒரு பொருளின்மீது ஒட்டப்பட்டுள்ள விலை அட்டை உண்மையில் எதையும் குறிப்பதில்லை. அது ஒரு நிலையான உண்மை அல்ல. அது, தாங்கள் விற்கின்ற ஒரு பொருளுக்கு ஒரு நபர் எவ்வளவு கொடுக்க முன்வருவார் என்பது குறித்து, யாரோ எங்கோ மேற்கொண்ட ஒரு கணிப்பு மட்டுமே. ஒரு பொருளின் விலை, அதை நிர்ணயித்திருந்தவராலோ அல்லது வேறு யாரோ ஒருவராலோ மாற்றப்படக்கூடியதுதான்.

விலைகள் தன்னிச்சையாக நிர்ணயிக்கப்பட்டவையே

பொருட்களின் விலை நிர்ணயம் தன்னிச்சையானது என்பதே உண்மை. பொருட்களின் தயாரிப்புச் செலவு, எதிர்பார்க்கப்படுகின்ற இலாபம், போட்டிச் சூழல் ஆகியவற்றின் அடிப்படையில் தொழில் நிறுவனங்கள் தம்முடைய விற்பனைப் பொருட்களின் விலையைத் தோராயமாக நிர்ணயிக்கின்றன. அதனால், ஒரு பொருள் தொடர்பான இந்த விபரங்களும் ஊகங்களும் மாறும்போது, அவற்றின் விலையும் மாற்றத்திற்கு உள்ளாகிறது. குறைவான விலைகளை முன்வைத்துச் செய்யப்படுகின்ற விளம்பரங்கள், முதலில் அந்த நிறுவனங்கள் தம்முடைய விற்பனை விலைகளைத் தவறாக ஊகித்திருந்தன என்பதற்கான மிகச் சிறந்த எடுத்துக்காட்டுகளாகும்.

எந்தவொரு பொருளுக்கும் நிர்ணயிக்கப்பட்டுள்ள விலை, அது எதுவாக இருந்தாலும், உங்களுக்குச் சாதகமான விதத்தில் மாற்றியமைத்துக் கொள்ளத்தக்கதுதான் என்ற மனப்போக்கை நீங்கள்

வளர்த்துக் கொள்ள வேண்டும். அப்போது, அதே பொருளை மலிவாகவும் உங்களுக்குச் சாதகமான நிபந்தனையுடனும் உங்களால் வாங்க முடியக்கூடும். அதனால், நீங்கள் எதை வாங்கினாலும், அதன் விலையையோ அல்லது அதன் விற்பனை தொடர்பான நிபந்தனைகளையோ உங்களுக்குச் சாதகமான விதத்தில் மாற்றுவதற்கு என்ன வாய்ப்புகள் இருக்கின்றன என்பதைக் கண்டறிவதை ஒரு பழக்கமாக ஆக்கிக் கொள்ளுங்கள்.

ஒப்பந்தங்கள் என்பவை வேறும் தொடக்கப்புள்ளிகள் மட்டுமே

எடுத்துக்காட்டாக, உங்களிடம் ஓர் ஒப்பந்தத்தின் முன்வரைவு காட்டப்படுகின்றபோது, அதில் உங்களுக்குப் பிடிக்காத எந்த அம்சத்தையும் மாற்றுவதற்கு அல்லது நீக்குவதற்கு உங்களுக்கு உரிமை இருக்கிறது என்பதை நினைவில் கொள்ளுங்கள். ஒரு விற்பனையாளர் உங்களிடம் ஓர் ஒப்பந்தத்தைக் காட்டுகின்றபோது, அது அந்த விற்பனையாளருக்குச் சாதகமான விதத்திலேயே உருவாக்கப்பட்டுள்ளது என்பதை நீங்கள் உணர்ந்து கொள்ள வேண்டும். உங்களுடைய நலனைப் பேணுகின்ற அம்சங்கள் மிகவும் குறைவாகவே அதில் இடம்பெற்றிருக்கும். ஓர் ஒப்பந்தம் அல்லது விற்பனை உடன்படிக்கை எழுத்து வடிவில் இருப்பதும், அதிகாரபூர்வமான தோற்றத்தைக் கொண்டிருப்பதும் உங்களை மிரள வைக்க ஒருபோதும் அனுமதித்துவிடாதீர்கள்.

சில ஆண்டுகளுக்கு முன், நாங்கள் ஒரு புதிய அலுவலகக் கட்டடத்தில் ஓர் இடத்தை ஐந்தாண்டுகளுக்குக் குத்தகைக்கு எடுத்தோம். ஒரு சில ஆண்டுகளில், அந்தக் கட்டட உரிமையாளர் அந்தக் கட்டடத்தை வேறு ஒரு கட்டட நிறுவனத்திற்கு விற்றுவிட்டார். அப்புதிய நிறுவனம், அங்கிருந்த

வாடகைதாரர்கள் ஒவ்வொருவரையும் அணுகி, சட்டரீதியான காரணங்களுக்காகத் தன்னுடன் ஒரு புதிய ஒப்பந்தம் செய்து கொள்ளும்படி அவர்களிடம் கேட்டுக் கொண்டது. ஆனால், அதைப் பற்றிப் பெரிதாகக் கவலைப்பட வேண்டாம் என்றும், பழைய ஒப்பந்தத்தில் இடம்பெற்றிருந்த அதே ஷரத்துகள்தாம் புதிய ஒப்பந்தத்தில் இடம்பெற்றிருக்கும் என்றும், ஒரு சில சிறு மாற்றங்கள் மட்டுமே புதிய ஒப்பந்தத்தில் இடம்பெற்றிருக்கும் என்றும் அப்புதிய நிறுவனம் எங்களிடம் கூறியது.

ஆனால், புதிய ஒப்பந்தம் எங்களுடைய கைகளை வந்தடைந்தபோது, அதில் பத்துப் புதிய பக்கங்கள் கூடுதலாக இருந்தன. வணிகரீதியான குத்தகை ஒப்பந்த வல்லுநரான என் நண்பரிடம் அதை நான் காட்டினேன். அதைப் படித்துப் பார்த்த அவர், அப்புதிய ஒப்பந்தத்தில் சில பழைய ஷரத்துகள் நீக்கப்பட்டிருந்தன என்றும், பல புதிய ஷரத்துகள் சேர்க்கப்பட்டிருந்தன என்றும் கூறினார். அதில் மொத்தமாக ஐம்பத்திரண்டு மாற்றங்கள் மேற்கொள்ளப்பட்டிருந்தன! அப்புதிய ஷரத்துகள் ஒவ்வொன்றும் எங்களுடைய நலன்களுக்கு எதிரானவையாக இருந்தன.

வாடகைதாரர்களாகிய நாங்கள் அதை இலாவகமாகக் கையாண்டோம். நாங்கள் அனைவரும் அப்புதிய ஒப்பந்தத்தில் புதிதாக இடம்பெற்றிருந்த ஷரத்துகளை நீக்கினோம், மாற்றப்பட்டிருந்த ஷரத்துகளைப் பழைய நிலைக்குத் திருத்தினோம். பின் நாங்கள் மேற்கொண்ட அந்த ஐம்பத்திரண்டு திருத்தங்களுக்கும் அருகே எங்களுடைய கையெழுத்துகளைப் போட்டு, அதை அவர்களுக்கு அனுப்பி வைத்தோம். ஒரு சில நாட்களில், நாங்கள் குறிப்பிட்டிருந்த அனைத்து மாற்றங்களுடன் புதிய ஒப்பந்தம் ஒன்றை அந்த நிறுவனம் எங்களுக்கு அனுப்பி வைத்தது.

இக்கதையிலுள்ள நீதி: விற்பனை அல்லது

வாங்குதல் ஒப்பந்தங்களில் இடம்பெற்றுள்ள விதிமுறைகள் உங்களைக் கலவரப்படுத்த நீங்கள் ஒருபோதும் அனுமதிக்கக்கூடாது. பிறர் எதைச் சொன்னாலும் அல்லது வலியுறுத்தினாலும், அல்லது ஓர் ஒப்பந்த வடிவில் எழுதினாலும், அவை அனைத்தையும் பேரப்பேச்சுக்கு உட்படுத்த முடியும். ஓர் ஒப்பந்தம் என்பது செயல்முறையின் முதல் கட்ட நடவடிக்கை, அவ்வளவுதான்.

அத்தியாயம் இரண்டு

பேரம் பேசப் பயப்படுகின்ற போக்கை மீறி வாருங்கள்

உங்களுக்குச் சாதகமாக இருக்கின்ற ஒப்பந்தங்களைப் பெறுவது எளிது. அதை நீங்கள் கேட்க வேண்டும். விலை அதிகமாக இருக்கிறதா? விலையைக் குறைத்துக் கேளுங்கள். விதிமுறைகள் உங்களுக்குச் சாதகமாக இல்லை என்று நினைக்கிறீர்களா? அவற்றை மாற்றக் கோருங்கள். ஒப்பந்தங்களில் சில ஷரத்துகளோடு உங்களுக்கு உடன்பாடில்லையா? அவற்றை மாற்ற வேண்டும் என்று சொல்லுங்கள். தள்ளுபடி வேண்டும் என்று கேளுங்கள், சில ஷரத்துகளைச் சேர்க்க வேண்டும் என்ற கோரிக்கையை முன்வையுங்கள். சலுகைகள் வேண்டுமா? கேளுங்கள். கூடுதல் பொருட்கள் அல்லது சேவை வேண்டுமா? அதை ஒப்பந்தத்தில் சேர்த்துக் கொள்ள வேண்டும் என்று கேளுங்கள்.

இனிமையுடன் கேளுங்கள். எதிர்பார்ப்புடன் கேளுங்கள். நம்பிக்கையுடன் கேளுங்கள். இங்கிதமாகக் கேளுங்கள். அது வேலை செய்யும் என்று நீங்கள் நம்பினால் அடாவடியாகவும் கேளுங்கள். ஆனால், எப்போதும் உங்களுக்கு என்ன வேண்டும் என்பதைத் தெளிவாகவும் திட்டவட்டமாகவும் கேளுங்கள். ஏன் என்று கேளுங்கள், ஏன் கூடாது என்று கேளுங்கள். கேட்பவர்களுக்கே வருங்காலம் சொந்தம். தங்களுக்கு வேண்டியதைத் தன்னம்பிக்கையுடனும் துணிச்சலுடனும் கேட்பவர்களுக்கே வருங்காலம் சொந்தம். கேளுங்கள். மீண்டும் கேளுங்கள். தொடர்ந்து கேட்டுக் கொண்டே இருங்கள்.

இது இவ்வளவு எளிதான காரியமாக இருக்கின்றபோது, ஏன் மிகக் குறைவான நபர்களே தங்களுக்கு என்ன வேண்டுமா அதைக் கேட்க முன்வருகின்றனர்? இதற்கான விடை நம்முடைய குழந்தைப்பருவத்தில் இருக்கிறது. அடிப்படையில், நிராகரிக்கப்பட்டுவிடுவோம் என்ற பயத்திலிருந்து இது முளைக்கிறது. நாம் குழந்தைகளாக இருந்தபோது நமக்குக் கிடைக்காமல் போன நிபந்தனையற்ற அன்பும், நம்மை நோக்கி வீசப்பட்டக் கடுமையான விமர்சனங்களும் இதற்கு ஒரு காரணம். அக்கறையுடன் பேணப்படுகின்ற ஒரு சூழலில் வளராத குழந்தைகள் வளர்ந்து பெரியவர்களாக ஆகின்றபோது, அவர்களின் தன்னம்பிக்கையும் சுயமதிப்பும் அடி வாங்குகின்றன. அதனால், அவர்கள் தங்களுக்கு வழங்கப்படுகின்றதைவிடச் சிறந்த ஒன்றுக்குத் தாங்கள் தகுதியானவர்கள் அல்லர் என்று நினைத்துக் கொள்கின்றனர்.

இந்த நிராகரிப்பு குறித்த பயம் மக்களுடைய வாழ்நாள் முழுவதும் நீடிக்கக்கூடிய ஒன்று. தாங்கள் ஒன்றைக் கேட்டு, பிறர் அதை நிராகரித்துவிடுவார்களோ என்ற பயத்தின் காரணமாக, தங்களுக்குச் சாதகமாக இல்லாத ஒப்பந்தங்கள், வேலை விதிமுறைகள்,

பொருட்களின் விலை ஆகியவற்றை அவர்கள் அப்படியே ஏற்றுக் கொள்கின்றனர்.

உங்களிடம் ஒரு பயம் இருந்தால், அதற்கு நேரெதிரான நடத்தையில் ஈடுபடுவதன் மூலம் உங்களால் அந்த பயத்திலிருந்து மீள முடியும். எடுத்துக்காட்டாக, நிராகரிப்பு குறித்த பயம் உங்களுக்கு இருப்பதாக வைத்துக் கொள்வோம். அதன் காரணமாக, ஒரு பொருளுக்கு உங்களிடம் தெரிவிக்கப்படுகின்ற விலையை அப்படியே ஏற்றுக் கொண்டு அப்பொருளை வாங்கிவிடுவது உங்களுடைய வழக்கமாக இருக்கும். அந்த பயத்தை மாற்றுவதற்கு, அப்படிப்பட்டச் சூழல்களில், விலையைக் குறைத்துக் கேட்கலாம். அதற்கு முடியாது என்று அவர் சொன்னால், அதை நீங்கள் பொருட்படுத்தத் தேவையில்லை.

இதை நீங்கள் மீண்டும் மீண்டும் செய்து வந்தால், அந்த பயம் படிப்படியாகக் குறைந்து, ஒரு கட்டத்தில் அது முற்றிலுமாக மறைந்துவிடும். பயத்தைத் துணிச்சலுடன் நேருக்கு நேர் எதிர்கொண்டு, நீங்கள் பயப்படுகின்ற காரியத்தில் மீண்டும் மீண்டும் ஈடுபட்டு வந்தால், அது மறைந்துவிடும்.

பயம் எப்படி ஒரு பழக்கமோ, அதேபோலத் துணிச்சலும் ஒரு பழக்கம்தான். வலுக்கட்டாயமாகத் துணிச்சலுடன் நடந்து கொள்வதற்கு உங்களைத் தயார் செய்து கொண்டு, குறிப்பாக, நல்ல விலைக்குப் பொருட்களை வாங்குதல் போன்ற பேரப்பேச்சு நடவடிக்கைகளில் ஈடுபடுவதன் மூலம், உங்களால் உங்களுடைய தன்னம்பிக்கையையும் சுயமதிப்பையும் வளர்த்துக் கொள்ள முடியும்.

முன்பின் தெரியாவர்களைத் தொடர்பு கொள்வது துணிச்சலை வளர்க்கும்

நான் முதன்முதலாக வீடு வீடாகச் சென்று எனக்கு முன்பின் அறிமுகமில்லாதவர்களிடம் பொருட்களை

விற்க முயன்றபோதுதான், வாழ்க்கையின் முக்கியமான பாடங்களை நான் கற்றுக் கொண்டேன். நான் கற்பனை செய்து வைத்திருந்ததைவிட அதிகமான நிராகரிப்புகளே தொடக்கத்தில் எனக்குக் கிடைத்தன. நான் கதவைத் தட்டிய அனைத்து வீட்டுக்காரர்களும் கதவை என் முகத்தில் அறைந்து சாத்தினர். நான் விற்றுக் கொண்டிருந்த பொருட்கள் தங்களுக்கு வேண்டாம் என்று அவர்கள் கூறினர். 'வேண்டாம்' என்ற சொல்லை நான் ஆயிரக்கணக்கான முறைகள் கேட்டேன். பின்னர் ஒரு நாள், மிகவும் அனுபவம் வாய்ந்த ஒரு விற்பனையாளரிடம், இதுபோன்ற தொடர் நிராகரிப்புகளை அவர் எவ்வாறு கையாண்டார் என்று நான் கேட்டேன். ஐந்து மாயாஜாலமான சொற்களை என் கேள்விக்கான பதிலாக அவர் கூறினார்: "நிராகரிப்பைத் தனிப்பட்ட முறையில் எடுத்துக் கொள்ளக்கூடாது."

நிராகரிப்பை நீங்கள் தனிப்பட்ட முறையில் எடுத்துக் கொள்ளாதீர்கள். ஒரு பேரப்பேச்சின்போது நீங்கள் விடுக்கின்ற ஒரு வேண்டுகோளுக்கு இணங்காமல் ஒருவர் அதை 'முடியாது' என்று மறுத்தால், அவர் உங்களையோ அல்லது உங்களுடைய விழுமியங்களையோ தனிப்பட்ட முறையில் நிராகரிப்பதாக நீங்கள் எடுத்துக் கொள்ளத் தேவையில்லை. நீங்கள் மோசமானவர் என்ற அறிவிப்பு அல்ல அது. உங்களுடைய கோரிக்கையை நிராகரிப்பவரைப் பொறுத்தவரை, அவர் வெறுமனே ஒரு வர்த்தகப் பரிவர்த்தனையை மறுக்கிறார், அவ்வளவுதான். அதற்கும் உங்களுக்கும் எந்தவிதமான தொடர்பும் இல்லை. தனிப்பட்ட முறையில் அவர் உங்களைக் காயப்படுத்திவிட்டதாக நீங்கள் எடுத்துக் கொள்ள வேண்டியதில்லை.

இந்த முக்கியமான கருத்தை நான் கற்றுக் கொண்டவுடன், நான் ஒரு விற்பனை இயந்திரமாக மாறிவிட்டேன். அதற்குப் பிறகு, நான் தன்னம்பிக்கையுடன் வீட்டுக் கதவுகளைத் தட்டி,

என் பொருட்களை வாங்கிக் கொள்ளும்படி கேட்கத் தொடங்கினேன். எத்தனை முறை 'வேண்டாம்' என்ற குரலைக் கேட்டபோதும் நான் மனம் தளரவில்லை. நான் வெறுமனே சிரித்தவாறு அதை ஏற்றுக் கொண்டேன். என் பொருளை வாங்க மறுத்த நபர் என்னைப் பற்றித் துளிகூடச் சிந்தித்துக் கொண்டிருக்கவில்லை என்பதை நான் புரிந்து கொண்டேன்.

பேரரசைக் கட்டியெழுப்புதல்

என்னுடைய கருத்தரங்கு ஒன்றில் கலந்து கொண்டிருந்த நபர் ஒருவர், ஃபீனிக்ஸ் என்ற இடத்தில் ஒரு கட்டடத் தொழிலாளராக வேலை பார்த்துக் கொண்டிருந்தார். அவர் பழைய வீடுகளை வாங்கி வாடகைக்கு விட்டுப் பணம் சம்பாதிக்க விரும்பினார். ஆனால், அதற்கான மூலதனம் அவரிடம் இருக்கவில்லை.

ஆனாலும், வீடுகள் விற்கப்படுவது தொடர்பாக தினசரிகளில் வந்த விளம்பரங்களை அவர் பார்த்துக் கொண்டிருந்தார். வீடுமனை வாங்கல் மற்றும் விற்றல் தொழிலில் ஈடுபட்டு வந்த நிறுவனங்கள் வெளியிட்ட விளம்பரங்களில் அவர் கவனம் செலுத்தவில்லை. மாறாக, வீட்டுச் சொந்தக்காரர்கள் வெளியிட்ட விளம்பரங்களை அவர் தேர்ந்தெடுத்தார். பின் அவர் அவர்களைத் தொடர்பு கொண்டு, அவர்களுடைய வீடுகளைப் பார்வையிடுவதற்குச் சென்றார். வீடுகளைப் பார்த்துவிட்டு, அவற்றைச் சரி செய்து வாடகைக்கு விட்டுச் சம்பாதிப்பது சாத்தியம்தான் என்பதை உறுதி செய்து கொண்ட பிறகு, அவர் அந்த வீடுகளின் சொந்தக்காரர்களைத் தொடர்பு கொண்டு, அவர்கள் கேட்டத் தொகையில் 50 சதவீதத்தைக் கொடுத்து அவற்றை வாங்கத் தான் தயாராக இருந்ததாக அவர் தெரிவித்தார். அதைக் கேட்டச் சில வீட்டுச் சொந்தக்காரர்கள் கடும் கோபம் அடைந்தனர். வேறு

சிலர் கொந்தளித்துவிட்டனர். அவர் இருபது வீடுகளின் சொந்தக்காரர்களைத் தொடர்பு கொள்கின்றபோது, அவர்களில் ஒருவர் தன்னுடைய வாழ்க்கையில் அப்போது கடும் சிக்கலைச் சந்தித்துக் கொண்டிருந்த ஒரு நபராக இருந்தார். அதனால், அவர் எப்படியாவது தன் வீட்டை விற்பதில் குறியாக இருந்தார். தங்களுடைய சொந்தத் தொழிலை இழுத்து மூடியவர்கள், விவாகரத்து பெற்றுக் கொண்டிருந்தவர்கள், திவாலான நிலையை அடைந்தவர்கள் போன்றவர்கள் அந்த வீட்டுச் சொந்தக்காரர்களில் அடங்குவர். சிலர், நாட்டின் வேறொரு பகுதிக்குக் குடிபெயரத் திட்டமிட்டிருந்தனர். அவர்களை உடனடியாக அங்கிருந்து நகரவிடாமல் இழுத்துப் பிடித்துக் கொண்டிருந்தது அவர்களுடைய வீடுகள்தாம்.

அதனால், அவருக்குக் கிடைத்த ஒவ்வொரு நிராகரிப்புக்கும், ஒருவர் தன் வீட்டைத் தான் முதலில் கூறியிருந்த விலையில் 60 அல்லது 70 சதவீத விலையில் விற்க முன்வந்து கொண்டிருந்தார்.

வீட்டை விற்க முன்வந்த பலரிடமிருந்து, பல ஆண்டுகளாக, ‘முடியாது’ என்ற சொல்லை மீண்டும் மீண்டும் கேட்க அவர் தயாராக இருந்ததால், இப்போது அவர் நாற்பத்து இரண்டு வீடுகளுக்குச் சொந்தக்காரராக இருந்தார். அவற்றிலிருந்து வாடகை மூலமாக அவர் மாதந்தோறும் பத்தாயிரம் டாலர்கள் சம்பாதித்துக் கொண்டிருந்தார். ஒரு கோடீஸ்வரராக ஆவதை நோக்கி அவர் வேகமாக நகர்ந்து கொண்டிருந்தார். இவை அனைத்தும், அவர் பிறரிடமிருந்து ‘வேண்டாம்’ என்ற சொல்லைக் கேட்க பயப்படாமல் இருந்ததால் சாத்தியமாயிற்று.

பேரப்பேச்சை ஒரு விளையாட்டாகப் பாருங்கள்

பேரப்பேச்சை ஒரு விளையாட்டாக நீங்கள் பார்க்க வேண்டும். அது ஒன்றும் ஒரு வாழ்வா-சாவா

பிரச்சனை அல்ல. அது ஒரு விளையாட்டுத்தான். சரியாகச் சொல்ல வேண்டுமென்றால், வாழ்க்கையின் சிறந்த விளையாட்டுகளில் அதுவும் ஒன்று. உங்களால் முடிந்த அளவு அதில் சிறப்பாக விளையாடி, அதில் மேன்மேலும் மேம்படுவதுதான் உங்கள் வேலை.

வாழ்க்கையின் அனைத்துச் சந்தர்ப்பங்களிலும் நாம் பேரப்பேச்சில் ஈடுபட வேண்டும் என்று பேரப்பேச்சில் சிறந்து விளங்குபவர்கள் வலியுறுத்துகின்றனர். அவர்கள் இதில் ஈடுபடுவதற்குக் காரணம், இது வேடிக்கையாக இருப்பதாக அவர்கள் கருதுவதுதான். நீங்கள் பேரப்பேச்சை ஒரு இரசிக்கத்தக்க நடவடிக்கையாகக் கருதி, அதை அமைதியாகவும் தன்னம்பிக்கையுடனும் உற்சாகத்துடனும் அணுகும்போது, நீங்கள் எங்குச் சென்றாலும், எந்தக் காரியத்தில் ஈடுபட்டாலும், பேரப்பேச்சுக்கான வாய்ப்புகள் அதில் குவிந்து கிடப்பதை நீங்கள் காண்பீர்கள்.

அத்தியாயம் மூன்று

பேரப்பேச்சின் வகைகள்

பேரப்பேச்சில் இரண்டு வகைகள் இருக்கின்றன. அவை இரண்டுக்கும் வெவ்வேறு நோக்கங்கள் இருக்கின்றன. அவை இரண்டு விதமான விளைவுகளை ஏற்படுத்துவதற்கானவை. ஆனால், பேரப்பேச்சில் ஈடுபட்டிருப்பவருக்கு அவற்றின் வேறுபாடுகள் குறித்தத் தெளிவு இல்லை. அதன் காரணமாக, தாங்கள் விரும்புகின்ற விளைவுகளை அவர்களால் பெற முடிவதில்லை.

முதல் வகை, ஒரே ஒரு முறை மட்டுமே பயன்படுத்தப்படுகின்ற பேரப்பேச்சு. இதில் நீங்கள் மறுபக்கம் இருப்பவரோடு ஒரே ஒரு முறை மட்டுமே வணிக உறவு கொண்டிருப்பீர்கள். அதற்குப் பிறகு உங்களுக்கும் அவருக்கும் எந்தத் தொடர்பும் இருக்காது. இருவரும் தங்களுக்கென்று ஓர் இலக்கை வைத்திருப்பர். அந்த ஒற்றை விவாகரத்தில் தங்களால் முடிந்த அளவு

அதிகமான விலையை அல்லது குறைவான விலையை, தங்களுக்குச் சாதகமான ஷரத்துகளோடு பெற வேண்டும் என்பதுதான் அது.

உயிரோடு யாரையும் சிறைபிடிக்காதீர்கள்

இந்த முதல் வகை பேரப்பேச்சில் நீங்கள் சாதகமற்ற ஒரு நிலையில் இருக்கிறீர்கள். அவர் வாங்குகின்ற நபராக இருந்தால், உங்களுக்குத் தன்னால் முடிந்த அளவு குறைவான தொகையைக் கொடுக்க வேண்டும் என்பது அவருடைய நோக்கமாக இருக்கும். அவர் விற்பவராக இருந்தால், தன்னால் முடிந்த அளவு அதிகமான தொகையை உங்களிடமிருந்து பெற வேண்டும் என்பது அவருடைய நோக்கமாக இருக்கும். அவர் உங்களுடைய நண்பர் அல்லர். அவர் உங்களைப் பார்த்து எவ்வளவுதான் புன்னகைத்தாலும் சரி, எவ்வளவுதான் நேர்த்தியாக நடந்து கொண்டிருந்தாலும் சரி, அவர் தன்னைப் பற்றியும் தன் நலன்களைப் பற்றியும் மட்டுமே யோசித்துக் கொண்டிருப்பார். அந்தப் பரிவர்த்தனையின் முடிவில், நீங்கள் கூடுதல் விலை கொடுத்தீர்களா அல்லது குறைவான விலைமதிப்பைப் பெற்றீர்களா என்பது குறித்து அவர் கிஞ்சித்தும் அக்கறை கொள்ளப் போவதில்லை.

நீங்கள் இதுபோன்ற பேரப்பேச்சில் ஈடுபடுகின்றபோது, நீங்கள் அமைதியாக இருக்க வேண்டும், சாமர்த்தியமாகவும் சுயநலத்துடனும் நடந்து கொள்ள வேண்டும், உங்களுக்குச் சாதகமான பலனைப் பெறுவதற்கு எந்தவொரு தந்திரத்தையும் பிரயோகிப்பதற்கு உங்களுக்கு உரிமை உண்டு. அந்தப் பரிவர்த்தனை முடிவடைந்ததும் நீங்கள் அவரை மீண்டும் ஒருபோதும் சந்திக்கப் போவதில்லை என்று முடிவு செய்து கொள்ளலாம். அந்த நபருக்கு உங்களைப் பிடித்திருக்கிறதா, அவர் உங்களை மதிக்கிறாரா அல்லது உங்களோடு நட்புறவு கொள்ள விரும்புகிறாரா என்பது

இங்கு ஒரு பொருட்டல்ல. இந்தப் பரிவர்த்தனையில் நீங்கள் உங்களுக்குச் சாதகமான பயனைப் பெற வேண்டும் என்பது மட்டுமே முக்கியம். இந்த வகையான பேரப்பேச்சில் உங்களுடைய வெற்றியை உறுதி செய்து கொள்வதற்கான உத்திகளைப் பற்றிப் பின்வரும் அத்தியாயங்களில் நீங்கள் கற்றுக் கொள்வீர்கள்.

நீண்டகாலப் பேரப்பேச்சு

இந்த நீண்டகாலப் பேரப்பேச்சு இரண்டாவது வகையாகும். இங்கு நீங்கள் நீண்டகாலம் தொடரப் போகின்ற ஒரு சிக்கலான ஒப்பந்தத்திற்குள் இறங்குவீர்கள். இங்கு நீங்கள் ஈடுபடப் போகின்ற பரிவர்த்தனையோடு தொடர்பு கொண்டுள்ள பொருள், சேவை அல்லது ஒப்பந்தத்தின் இயல்பின் காரணமாக, அதே நபரோடு அல்லது அதே நிறுவனத்தோடு, இனி வரவிருக்கின்ற பல மாதங்களுக்கு அல்லது ஆண்டுகளுக்கு நீங்கள் இணைந்து பணியாற்ற வேண்டியிருக்கும்.

முப்பது ஆண்டுகளுக்கு முன்பு, நான் என்னுடைய சொற்பொழிவுகளின் ஆடியோ மற்றும் வீடியோக்களைத் தயாரிப்பதற்கு, சிகாகோவில் உள்ள ஒரு நிறுவனத்தோடு இணைந்து பணியாற்றினேன். அந்த நிறுவனம் என்னுடைய பொருட்களை அமெரிக்கா முழுவதும் சந்தைப்படுத்துவதற்கு ஒப்புக் கொண்டதோடு, சர்வதேச அளவிலும் அவற்றை எடுத்துச் செல்ல முன்வந்தது. அவர்கள் அதற்கு என்னுடன் செய்து கொண்ட ஒப்பந்தம் மிகவும் நியாயமான ஷரத்துகளோடு இருந்தது. இன்றும் நான் அதே நிறுவனத்தைத்தான் பயன்படுத்திக் கொண்டிருக்கிறேன். அந்த நிறுவனத்தின் தலைவரிலிருந்து அனைவரோடும் நான் இணைந்து பணியாற்றி வந்துள்ளேன்.

இந்த முப்பது ஆண்டுகளில் சந்தை மிகவும் மாறிப் போயுள்ளது. பலர் வந்தனர், பலர் சென்றனர். பல புதிய பொருட்கள் சந்தையில் அறிமுகப்படுத்தப்பட்டன,

பிரபலமாயின, பின்னர் வழக்கொழிந்துபோயின. ஆனால், இத்தனை ஆண்டுகளாக, அந்த நிறுவனத்திலுள்ள முக்கியமான நபர்களுடன் நான் கொண்டிருந்த உறவு, தோழமையுடனும் இங்கிதத்துடனும் நயத்துடனும் இருந்து வந்துள்ளது. நான் இந்த உறவை எப்போதும் நீண்டகாலக் கண்ணோட்டத்தில் பார்த்து வந்ததால், அது என்னுடைய தொழில் வாழ்க்கையில் மிகச் சிறந்த வாய்ப்புகளை எனக்கு ஏற்படுத்திக் கொடுத்தது.

சீன ஒப்பந்தம்

நான் இந்த உத்தியைப் பல ஆண்டுகளாகப் பயன்படுத்தி வருகிறேன். அதோடு, இதை ஆயிரக்கணக்கான நிறுவனங்களுக்கும் நிர்வாக அதிகாரிகளுக்கும் நான் கற்றுக் கொடுத்துள்ளேன். அதைப் பயன்படுத்தி அவர்களும் மிகச் சிறந்த விளைவுகளைப் பெற்றுள்ளனர். ஒரு பொதுவான மேற்கத்திய ஒப்பந்தத்திற்கும் சீன ஒப்பந்தத்திற்கும் இடையேயுள்ள வேறுபாடுகளைப் புரிந்து கொள்ள முயல்வதோடு இதை நாம் தொடங்கலாம்.

மேற்கில், ஒப்பந்தத்தில் இடம்பெறுகின்ற ஷரத்துகளை மெருகேற்றுவதற்கு ஏராளமான நேரம் செலவிடப்படும். எடுத்துக்காட்டாக, "இந்த ஒப்பந்தத்தில் இடம்பெற்றுள்ள முதல் கட்சிக்காரர் இதைச் செய்வார் . . . இரண்டாம் கட்சிக்காரர் இதைச் செய்வார் . . ." என்று இடம்பெற்றிருக்கலாம். பின் அந்த ஒப்பந்தம், மொத்த வணிக உறவின் அடித்தளமாகச் செயல்படும். அதில் பங்கு பெறுகின்ற இரண்டு தரப்பினரும், அந்த எழுத்துபூர்வமான ஒப்பந்தத்தில் கூறப்பட்டுள்ளவற்றை வார்த்தைக்கு வார்த்தை அப்படியே பின்பற்றுவர். அதில் இடம்பெற்றுள்ள ஷரத்துகள் மீறப்பட்டால், அதற்கு அபராதங்கள் விதிக்கப்படும். சில சமயங்களில், அந்த விவகாரம் நீதிமன்றம்வரைகூடச் செல்லக்கூடும்.

நான் சீனாவில் ஒவ்வோர் ஆண்டும் ஏராளமான

காலத்தைச் செலவழித்துக் கொண்டிருப்பதால், அவர்களுடைய ஒப்பந்தங்களைப் பற்றி எனக்கு நன்றாகவே தெரியும். அங்கு ஒப்பந்தங்களின் ஷரத்துகள் பேரம் பேசப்பட்டு, விவாதிக்கப்பட்டு, பின்னர் ஒப்புக் கொள்ளப்படும். அதற்குப் பின்னர், அவை காகிதத்தில் அச்சடிக்கப்பட்டு, பரிசீலிக்கப்பட்டு, இரண்டு கட்சிக்காரர்களாலும் கையெழுத்து இடப்படும்.

மேற்கில், இது ஒப்பந்தத்தின் இறுதிப் பகுதி. சீனாவில், இதுதான் பேரப்பேச்சு மற்றும் விவாதங்களின் தொடக்கப் புள்ளி.

சீனாவில், அவர்கள் யோசிக்கின்ற, எதிர்பார்க்கின்ற விஷயங்கள் ஒப்பந்தத்தில் எழுதிக் கொள்ளப்படும். ஆனால், அந்த ஒப்பந்தம் மேற்கொள்ளப்பட்டுக் கொண்டிருக்கையில், புதிய தகவல்கள் கிடைக்கும், புதிய சூழல்கள் உருவாகும். இப்புதிய தகவல்கள் மற்றும் புதிய சூழல்கள் ஒப்பந்தத்தில் மாற்றங்களை ஏற்படுத்துவதை அவசியமாக்கும். அப்போதுதான் அந்த ஒப்பந்தம் தொடர்ந்து இரு தரப்புக்கும் நியாயமானதாக இருக்கும்.

நான் பிறருடன் பேரப்பேச்சில் ஈடுபடும்போதெல்லாம் (நான் அறுபதுக்கும் மேற்பட்ட நாடுகளில் என் வாடிக்கையாளர்களுடன் ஒப்பந்தம் போட்டுள்ளேன்), பல பகுதிகளைக் கொண்ட, சிக்கலான, ஆயிரக்கணக்கான டாலர்கள் மதிப்பு வாய்ந்த பரிவர்த்தனைகளை வெறும் இரண்டே பக்கங்கள் கொண்ட ஒப்பந்தங்களாகப் போட்டுள்ளேன்.

நான் தொடக்கத்திலேயே அவர்களிடம் இவ்வாறு கூறிவிடுவேன்: "நாம் நமக்குள் ஒரு சீன ஒப்பந்தத்தை உருவாக்கிக் கொள்ளலாம். இதில் நாம் இணைந்து பணியாற்றுவதற்குத் தேவையான அடிப்படை அம்சங்களை முதலில் ஒப்புக் கொள்ளலாம். ஆனால், நாம் இருவருமே மகிழ்ச்சியாக இருக்க வேண்டும் என்று நான் விரும்புகிறேன். அதனால், ஏதாவது ஒரு சூழல் மாற்றத்தின் காரணமாக இந்த ஒப்பந்தம் தொடர்பான

விஷயங்கள் மாறினால், நாம் மீண்டும் ஒன்றாகச் சேர்ந்து அமர்ந்து நம்முடைய ஒப்பந்தத்தின் ஷரத்துகளை மறுபரிசீலனை செய்து, நம் இருவருக்கும் மகிழ்ச்சியை ஏற்படுத்துகின்ற விதத்தில் அதை மாற்றியமைத்துக் கொள்ளலாம்."

இதிலுள்ள நல்ல விஷயம் என்னவென்றால், இந்தச் 'சீன ஒப்பந்தம்' குறித்து, நான் ஒப்பந்தம் மேற்கொண்டவர்களோடு ஒருபோதும் கருத்து முரண்பாடுகளோ அல்லது சட்டத் தகராறுகளோ ஏற்பட்டதில்லை. ஒவ்வொரு ஒப்பந்தத்தின்போதும் நாங்கள் தோழமையுடனும், திறந்த மனத்துடனும், இருவருக்கும் சம அளவில் நன்மை பயக்கின்ற விதத்திலும் இணைந்து பணியாற்றினோம்.

அத்தியாயம் நான்கு

வாழ்நாள் முழுவதும் நீடிக்கின்ற தொழில் உறவுகள்

அனைத்துத் தொழில்களிலும் இப்படித்தான் நடைபெற்றுக் கொண்டிருக்கிறது. நீங்கள் ஒரு தனிநபருடன் அல்லது ஒரு நிறுவனத்துடன் ஒரு சிறிய அளவில் இணைந்து பணியாற்றத் தொடங்குவீர்கள். காலப்போக்கில் அந்த வர்த்தக உறவு உங்களுடைய தனிப்பட்ட வாழ்க்கையின் மற்றும் நிதி வாழ்க்கையின் முக்கியமான அங்கமாக வளரலாம்.

பேரப்பேச்சுக் கலையில் வித்தகராகத் திகழ்ந்த ஜெரார்டு நீரன்பெர்க், ஒரு முறை இவ்வாறு கூறியிருந்தார்: "பேரப்பேச்சின் நோக்கம், அதில் தொடர்புடையவர்கள் தங்களுடைய பங்கைச் செவ்வனே ஆற்றுவதற்கும், அதே நபருடன் பின்னர் பரிவர்த்தனைகளை மேற்கொள்வதற்கும் தூண்டப்படுகின்ற விதத்தில்

தங்களுடைய தேவைகளைப் பூர்த்தி செய்கின்ற உடன்பாடு ஒன்றை எட்டுவதுதான்."

இந்த மேற்கோளைப் பகுதி பகுதியாகப் பிரித்துப் பார்க்கலாம். இதில் கூறப்பட்டுள்ள, "உடன்பாடு ஒன்றை எட்டுவது . . ." என்பதற்கு, நடந்து கொண்டிருக்கின்ற பேரப்பேச்சின் நோக்கம் அதில் ஈடுபட்டுள்ளவர்கள் ஒருவரையொருவர் தோற்கடிக்க முயல்வது அல்ல, மாறாக, ஓர் உடன்பாட்டை எட்டுவதுதான் என்று அர்த்தம். ஒரு பேரப்பேச்சில் ஈடுபட்டிருப்பவர்கள் ஓர் உடன்பாட்டை எட்டுவதற்கு உண்மையுடன் முயற்சிக்கின்றபோது, அவர்களுடைய நடத்தை, ஒரே ஒரு முறை நடக்கின்ற பேரப்பேச்சுப் பாணியிலிருந்து மேம்பட்டு இருக்கும், விளைவுகளும் சிறப்பாக இருக்கும்.

இரண்டாவதாக, இதில் கூறப்பட்டுள்ள, "தங்களுடைய தேவைகளைப் பூர்த்தி செய்கின்ற . . ." என்பது, அதில் ஈடுபட்டுள்ளவர்களின் தேவைகள் மற்றவரிடமிருந்து வேறுபட்டதாக இருப்பதை அங்கீகரிக்கிறது. அதனால்தான் பேரப்பேச்சே நிகழ்கிறது. ஒரு நீண்டகால ஏற்பாட்டை மேற்கொள்வதற்கு, அதில் ஈடுபட்டுள்ளவர்கள் மற்றவருடைய தேவைகள் பூர்த்தி செய்யப்படுவதை உறுதி செய்து கொள்கின்ற முயற்சியில் ஈடுபடுவது அவசியம் என்பதைக் குறிக்கிறது.

இருதரப்பும் மகிழ்ச்சியாக இருத்தல் வேண்டும்

மூன்றாவதாக, இதில் கூறப்பட்டுள்ள, "அதில் தொடர்புடையவர்கள், தங்களுடைய பங்கைச் செவ்வனே ஆற்றுவதற்கும் . . ." என்பதற்கு, அதில் தொடர்புடையவர்கள், பேரப்பேச்சின் விளைவுகள் குறித்துத் திருப்தி அடைந்திருப்பதால், அந்த ஒப்பந்தம் வெற்றி பெறுவதற்குத் தங்களுடைய பங்கைச் சிறப்பாகச் செய்வதற்கு மகிழ்ச்சியுடன் தயாராக இருக்கின்றனர் என்று அர்த்தம்.

ஒரு முறை, நான் ஒரு பெருநிறுவனத்தின்

மூத்த நிர்வாக அதிகாரி ஒருவருடன் பேசிக் கொண்டிருந்தேன். தான் ஒரு பெரிய பதிப்பு நிறுவனத்துடன் தங்களுக்கு மிகவும் இலாபகரமான ஓர் ஒப்பந்தத்தைப் போட்டிருந்ததாக அவர் என்னிடம் பெருமையாகக் கூறினார். அந்தப் பதிப்பாளர் வழக்கமாக நூலாசிரியர்களுக்கு வழங்கிய ராயல்டி மற்றும் முன்பணத் தொகையைவிட மிக அதிகமான தொகையைத் தங்களுக்கு அளிப்பதற்குத் தான் அவரைப் பணிய வைத்துவிட்டதாக அவர் என்னிடம் மார்தட்டினார்.

அவர் குறிப்பிட்ட அதே பதிப்பு நிறுவனத்திற்கு நானும் ஒரு வாடிக்கையாளராக இருந்தேன். ஆனால், அந்தப் பதிப்பு நிறுவனம் எனக்கு அளித்து வந்ததைவிட அதிகமான ராயல்டியை அந்தப் பெருநிறுவனத்திற்கு அளித்திருந்ததைக் கண்டு நான் வியப்படைந்தேன். அதனால், நான் அந்த நிறுவனத்தின் தலைவரைத் தொடர்பு கொண்டேன். அவர் விஷயங்களை என்னிடம் விளக்கினார். அந்தப் பெருநிறுவனம் தங்களுடைய பேரப்பேச்சில் முரட்டுத்தனமாக நடந்து கொண்டதாக அந்தப் பதிப்பகத்தின் தலைவர் தெரிவித்தார். அவர்கள் முன்வைத்தக் கோரிக்கைகளை எந்தவிதத்திலும் விட்டுக்கொடுக்க அவர்கள் தயாராக இருக்கவில்லை. தாங்கள் சொன்னபடி கேட்காவிட்டால், அந்தப் பேரப்பேச்சை முறித்துக் கொள்வதோடு, அந்தப் பதிப்பாளரைப் பற்றிப் பிறரிடம் அவதூறாகப் பேசப் போவதாகவும் அந்நிறுவனம் அந்தப் பதிப்பாளரை மிரட்டியிருந்தது.

அந்தப் பதிப்பகத்தின் தலைவர் என்னிடம் இவ்வாறு கூறினார்: “சந்தையில் எங்களைப் பற்றிப் புறம் பேசுகின்ற நபர்கள் இருப்பதை நாங்கள் விரும்பவில்லை. அதனால், நாங்கள் அவர்கள் விதித்த நிபந்தனைகளை ஒப்புக் கொண்டோம். இப்போது அவர்களுடைய பொருளைத் தயாரித்து விநியோகிப்பதற்கான ஏகபோக உரிமைகளை நாங்கள் பெற்றுள்ளோம். ஆனால், அதை

நிறைவேற்றுகின்ற எண்ணம் எங்களுக்குத் துளிகூட இல்லை. அவர்களுடைய பொருளைச் சிறிய அளவில் தயாரித்து எங்களிடம் வைத்துக் கொள்வோம். அவற்றை நாங்கள் ஒருபோதும் விநியோகிக்கப் போவதில்லை. பின்னர் ஒரு நாள் அவர்கள் எங்களிடமிருந்து உரிமைகளைத் திரும்பப் பெற்றுக் கொள்ள வந்தால், மகிழ்ச்சியுடன் நாங்கள் அதை அவர்களிடம் திருப்பிக் கொடுத்துவிட்டு, எங்களுடைய உறவை நிரந்தரமாக முறித்துக் கொள்வோம்."

அந்தப் பெருநிறுவனத்தின் நிர்வாக அதிகாரி தன்னுடைய கறாரான பேரப்பேச்சின் மூலம், சந்தையில் நிலவுவதைவிடச் சிறந்த ராயல்டியை அந்தப் பதிப்பாளரிடமிருந்து பெற்றுவிட்டிருந்தார் என்பது உண்மைதான். ஆனால், நீண்டகால உறவின் முக்கியத்துவத்தை உணர்ந்து கொள்ள அவர் தவறியிருந்தார். அதன் காரணமாக, அவருடைய நிறுவனம் ஏட்டளவில் ஓர் ஒப்பந்தத்தை உருவாக்குவதில் வெற்றி பெற்றிருந்தது. ஆனால், அதன் விளைவு எதையும் அவர்களால் பெற முடியவில்லை. ஏனெனில், அந்தப் பதிப்பு நிறுவனம் ஒப்பந்தத்தில் ஒப்புக் கொண்டிருந்த தன்னுடைய பங்கை நிறைவேற்றுவதற்கு அதற்கு எந்தவிதமான ஊக்கமும் இருக்கவில்லை.

மறைமுக முயற்சி விதி

பேரப்பேச்சில் 'மறைமுக முயற்சி விதி' என்ற ஒன்று இருக்கிறது. நேரடியாக அன்றி மறைமுகமாக நீங்கள் முயற்சி செய்கின்றபோது நீங்கள் அதிகம் சாதிப்பீர்கள் என்று அந்த விதி கூறுகிறது. எடுத்துக்காட்டாக, ஒரு பேரப்பேச்சில் உங்களுடைய இலக்கை அடைவதற்கு நீங்கள் எந்த அளவு கடினமாக முயல்கிறீர்களோ, அந்த அளவுக்குக் குறைவாகவே அதில் நீங்கள் வெற்றி பெறுவீர்கள். உங்களுக்கு வேண்டியதைப் பெற நீங்கள் தீவிரமாக முயல்கின்றபோது, அடுத்தப்

பக்கம் இருப்பவர்களும் தங்களுடைய பக்கத்தைப் பாதுகாப்பதற்காகத் தீவிரமான முயற்சிகளில் இறங்கத் தொடங்குவர்.

ஆனால், அடுத்தப் பக்கம் இருப்பவரின் நலனைத் திருப்திப்படுத்துவதற்கு நீங்கள் கடினமாக முயல்கின்றபோது (மறைமுக அணுகுமுறை), அந்த நபர் தன் பங்குக்கு உங்களைத் திருப்திப்படுத்துவதற்கான முயற்சிகளில் ஈடுபடுவார்.

“ஒரு நண்பரைப் பெறுவதற்கு, முதலில் நீங்கள் ஒரு நண்பராக இருக்க வேண்டும்,” என்று ரால்ஃப் வால்டோ எமர்சன் கூறியிருக்கிறார். மறைமுக முயற்சி விதியைப் பயன்படுத்தி, உங்களுடன் பேரம் பேசிக் கொண்டிருப்பவரின் நலனைப் பாதுகாக்கும் விதத்தில் ஓர் உடன்பாட்டிற்கு வருவதற்கு நீங்கள் முயன்றால், அது அவர்களை ஆசுவாசமடையச் செய்யும். இறுதியில், உங்களுக்குத் திருப்திகரமாக இருக்கின்ற விதத்தில் அந்த ஒப்பந்தம் அமைவதற்கு அவரும் முயற்சி செய்வார்.

அதனால்தான், நான் எப்போதும் இப்படிக் கூறுவேன்: “இன்று நாம் எதை முடிவு செய்தாலும், நீங்கள் மகிழ்ச்சியாக இருக்க வேண்டும் என்று நான் விரும்புகிறேன். இந்த விவாதத்தின் முடிவிலும், அதற்குப் பிறகும் நீங்கள் மகிழ்ச்சியாக இருப்பதை உறுதி செய்கின்ற யோசனைகள் மற்றும் பரிந்துரைகள் உங்களிடம் இருந்தால், திறந்த மனத்துடன் அவற்றைக் கவனத்தில் எடுத்துக் கொள்ள நான் தயாராக இருக்கிறேன். நானும் இதில் மகிழ்ச்சியடைய விரும்புகிறேன் என்பது வெளிப்படை. ஆனால், நீங்கள் மகிழ்ச்சியாக இருப்பதில் நான் கவனம் செலுத்தினால், இறுதியில் அது எனக்கும் திருப்திகரமாக அமையும் என்று நான் நம்புகிறேன்.”

இந்த அணுகுமுறையின் காரணமாக, என்னுடன் பேரப்பேச்சில் ஈடுபட்டிருப்பவர் திறந்த மனத்துடன் செயல்படத் தொடங்குவார். இறுதியில், எங்கள் இருவருக்கும் திருப்தியாக அமைகின்ற ஓர்

உடன்பாட்டிற்கு நாங்கள் வந்து சேர்வோம். முடிவில் நாங்கள் இருவருமே மகிழ்ச்சி அடைந்திருப்போம்.

வருங்காலம் குறித்துச் சிந்தியுங்கள்

நீரன்பெர்க் மேற்கோளில் இடம்பெற்றிருந்த, "அதே நபருடன் பின்னர் பரிவர்த்தனைகளை மேற்கொள்ளத் தூண்டப்படுகின்ற விதத்தில் . . ." என்பதற்கு வருவோம். நீண்டகால வர்த்தக ஏற்பாட்டில் இதுதான் இருப்பதிலேயே மிகவும் முக்கியமான பகுதியாகும். பேரப்பேச்சின் முடிவு இருதரப்புக்கும் மகிழ்ச்சியூட்டுகின்ற விதத்தில் அமைந்துள்ளதால், அவர்கள் இருவரும் வருங்காலத்தில் மேலும் பல உடன்பாடுகளை எட்ட ஆர்வமாக உள்ளனர் என்பதையே இது காட்டுகிறது.

இன்று, மிகச் சிறப்பாகத் தொழில் நடத்திக் கொண்டிருக்கின்ற நிறுவனங்கள், தம்முடைய வாடிக்கையாளர்களையும், தம்முடைய விற்பனையாளர்களையும், தமக்குப் பொருட்களை வினியோகிப்பவர்களையும் 'கூட்டாளிகள்' என்று அழைப்பதையே விரும்புகின்றன. தங்களுக்குத் தேவையான பொருட்களைப் பெறுவதற்குப் பல நிறுவனங்களை அணுகுவதற்குப் பதிலாக, அவர்கள் ஒரே ஒரு நிறுவனத்தைத் தேர்ந்தெடுத்துக் கொள்கின்றனர். அவர்களுக்கே தங்களுடைய வர்த்தகம் முழுவதையும் அவர்கள் கொடுத்துவிடுகின்றனர். அதன் மூலம், மேம்பட்டத் தரம், உயர்வான செயல்திறன் ஆகியவற்றை உறுதி செய்கின்ற சிறப்பான உறவை அவர்கள் வளர்த்துக் கொள்கின்றனர். நீண்டகால நோக்கில் அது இருவருக்குமே இலாபகரமானதாக அமைகிறது.

இரண்டாவதுவகைபேரப்பேச்சுச்செயல்முறைக்குத் தொடக்கமும் இல்லை, முடிவும் இல்லை. அது தொடர்ந்து நிகழ்ந்து கொண்டிருக்கும் ஒன்று.

பரஸ்பர நம்பிக்கை மற்றும் நம்பகத்தன்மையின்மீது கட்டியெழுப்பப்படுகின்ற உறவுதான் இதன் தொடக்கப் புள்ளி. தொடர்புடையவர்கள் அனைவரும் மகிழ்ச்சியாக இருப்பதை உறுதி செய்து கொள்வதை அடித்தளமாகக் கொண்டு உருவாக்கப்படுகின்ற உடன்பாடுகள்தாம் மிகச் சிறந்த வர்த்தக ஒப்பந்தங்களாகும். அது, விற்றல், வாங்குதல், வேலை கொடுத்தல், நிதிப் பகிர்வு போன்ற எது தொடர்பானதாகவும் இருக்கலாம்.

ஒரு பேரப்பேச்சு நிறைவடைகின்றபோது, அதில் ஈடுபட்டிருந்தவர்கள் எவருமே திருப்தி அடையாமல் இருக்கின்ற பேரப்பேச்சுகள்தாம் மிக மோசமான பேரப்பேச்சுகளாகும். அதில் ஈடுபட்டிருப்பவர்கள் எவரும் மீண்டும் அடுத்தவருடன் உறவாட விரும்ப மாட்டார்கள். அவர்கள் வந்தடைந்துள்ள ஒப்பந்தங்களின் ஷரத்துகளின் நிறைவேற்றத்தில் தங்களுடைய பங்கை நிறைவேற்றுவதற்கு அவர்கள் இருவருமே பெரிதாக ஆர்வம் காட்ட மாட்டார்கள். இருவருமே அசௌகரியமாகவும் ஊக்கமற்றும் இருப்பர்.

அத்தியாயம் ஐந்து

ஆறு விதமான பேரப்பேச்சுப் பாணிகள்

பேரப்பேச்சில் ஈடுபடுவதற்குப் பல வழிகள் இருக்கின்றன. ஆனால், எந்தப் பாணி எந்த வகையான விளைவுகளைக் கொடுக்கும் என்பதை அறிந்திருப்பது சரியான பாணியைத் தேர்ந்தெடுப்பதற்கு உங்களுக்கு உதவும்.

வெற்றி-தோல்வி பேரப்பேச்சுப் பாணி

இந்தப் பாணியில், பேரப்பேச்சில் ஈடுபடுபவர்களில் முதலாமவர் தான் விரும்புவதைப் பெற்றுவிடுகிறார். இரண்டாமவர் தான் விரும்புவதைப் பெறுவதில்லை. நாம் மூன்றாம் அத்தியாயத்தில் பார்த்திருந்த, முதல் வகை பேரப்பேச்சு, இந்தப் பாணியைச் சேர்ந்தது.

நீங்கள் ஒரு பொருளை விற்பதாக இருந்தால் அதற்கு ஓர் உச்சபட்ச விலையையும், நீங்கள் ஒரு பொருளை வாங்குவதாக இருந்தால் அதற்கு அடிமாட்டு விலையும் பெறுகின்ற விதத்தில் ஒரே ஒரு முறை நிகழ்கின்ற ஒரு பேரப்பேச்சின்போது இந்த அணுகுமுறை கடைபிடிக்கப்படுகிறது. இந்த அணுகுமுறையை நீங்கள் கடைபிடிக்கின்றபோது, நீங்கள் பேரப்பேச்சில் ஈடுபட்டுள்ள நபரிடம் நட்புணர்வை ஏற்படுத்திக் கொள்வதிலோ அல்லது நீண்டகால உறவை உருவாக்கிக் கொள்வதிலோ நீங்கள் கவனம் செலுத்த மாட்டீர்கள். அதிலிருந்து கூடிய மட்டிலும் அதிகமான ஆதாயம் அடையவே நீங்கள் விரும்புவீர்கள். அந்த மற்றொரு நபர், விலை அல்லது பிற நிபந்தனைகள் குறித்து அதிருப்தி அடைந்திருக்கிறாரா அல்லது மகிழ்ச்சியற்று இருக்கிறாரா என்பதில் நீங்கள் அக்கறை கொண்டிருக்க மாட்டீர்கள். அதில் வெல்வதே உங்களுடைய இலக்காக இருக்கும்.

இதுபோன்ற பேரப்பேச்சு அணுகுமுறைகள் உங்களுக்குக் கூடுதல் வியாபாரத்தையோ அல்லது கூடுதல் பரிவர்த்தனைகளையோ கொண்டுவராது என்பது வெளிப்படை. அரிதாக இதற்குச் சில விதிவிலக்குகள் இருக்கலாம். எடுத்துக்காட்டாக, அடகுக் கடை ஒன்றிலிருந்து அவசரமாகப் பணம் பெறுதல். இதில், அந்த அடகுக்கடைக்காரர், அந்தப் பொருளின் மதிப்பில் ஒரு சிறு பகுதியைக் கொடுத்து அந்தப் பொருளை வாங்கிக் கொள்வார். அடகு வைப்பவர் எப்போதுமே குறைவான தொகையையே பெறுவார்.

தோல்வி-வெற்றி பேரப்பேச்சுப் பாணி

இது முதலில் கூறப்பட்டுள்ள பாணிக்கு நேரெதிரானது. இதில் இரண்டாமவர் தான் விரும்பியதைப் பெற்றுவிடுவார். முதலாமவருக்குத் தான்

விரும்புவது கிடைக்காது. அதாவது, இரண்டாமவரின் தேவைகள் பூர்த்தி செய்யப்பட்டிருக்கும், முதலாமவரின் தேவைகள் நிறைவேற்றப்பட்டிருக்காது. ஒரு பேரப்பேச்சில் ஈடுபட்டிருக்கின்ற ஒருவர் தன்னுடன் பேரப்பேச்சில் ஈடுபட்டிருக்கின்ற மற்றொருவரை ஓர் எதிரியாகப் பார்ப்பார். அவரை வீழ்த்துவதற்கு எதை வேண்டுமானாலும் செய்ய அவர் தயாராக இருப்பார்.

தோல்வி-தோல்வி பேரப்பேச்சுப் பாணி

இதில் இருவர் ஒரு பரிவர்த்தனைக்கான பேரப்பேச்சில் ஈடுபடுகின்றனர். இறுதியில் இருவருக்குமே அதில் திருப்தியில்லை. ஏனெனில், அவர்கள் இருவருக்குமே அவர்கள் எதிர்பார்த்திருந்தது கிடைக்கவில்லை. இந்தப் பாணியிலான பேரப்பேச்சுகள், பகையுணர்வு, கருத்து முரண்பாடுகள், வாக்குவாதங்கள் போன்றவற்றால் நிறைந்திருக்கும்.

எடுத்துக்காட்டாக, வேலையிலிருந்து வீடு திரும்பும் கணவன், தன் மனைவியிடம், "இன்று இரவு நாம் வெளியே சென்று சாப்பிடலாம். நீ எங்கே போக விரும்புகிறாய்?" என்று கேட்கிறான் என்று வைத்துக் கொள்வோம்.

"கடல் உணவு பரிமாறுகின்ற உணவகத்திற்குச் செல்லலாம்," என்று அவள் கூறுகிறாள். அதற்கு அவன் "மீண்டும் மீண்டும் கடல் உணவு சாப்பிட்டு எனக்குச் சலித்துவிட்டது. இத்தாலிய உணவகம் ஒன்றுக்குச் செல்லலாம்," என்று பரிந்துரைக்கிறான். அதற்கு அவள், "எனக்கு இத்தாலிய உணவைக் கண்டாலே வெறுப்பாக இருக்கிறது," என்று பதிலளிக்கிறாள். அதனால், இருவரும் சமாதானமாகச் செல்வதற்காக, ஒரு சீன உணவகத்திற்குச் செல்லலாம் என்று அவர்கள் முடிவெடுக்கின்றனர். சீன உணவை இருவருமே விரும்பவில்லை என்றாலும், அந்த நேரத்தில் அதுதான் சரியான சமரசமாக இருக்கும் என்று அவர்கள்

நினைக்கின்றனர்.

இதுதான் தோல்வி-தோல்வி பேரப்பேச்சு. இதில் மனைவிக்கும் அவள் விரும்பியது கிடைக்கவில்லை. கணவனுக்கும் அவன் விரும்பியது கிடைக்கவில்லை. அவர்கள் சீன உணவகத்திற்குச் செல்ல ஒப்புக் கொண்டதற்குக் காரணம், வீட்டிலேயே இருப்பதற்குப் பதிலாக வெளியே எங்கேயாவது செல்ல முடிந்ததுதான்.

சமரசத்துடன்கூடிய பேரப்பேச்சு

இதில் பங்கு பெறுகின்ற இருவருக்கும் ஏதோ ஒன்று கிடைக்கிறது என்பதால் அவர்கள் அதில் திருப்தி அடைந்துவிடுகின்றனர். ஆனால், இங்கு இருவருடைய தேவைகளும் முழுமையாக நிறைவேறி இருக்கவில்லை. பேரப்பேச்சின் முடிவில் இருவருமே அதிருப்தியுடன் ஒருவரிடமிருந்து ஒருவர் பிரிந்து செல்கின்றனர். ஒப்பந்தமே வேண்டாம் என்று கூறும் அளவுக்கு அவர்கள் மகிழ்ச்சியற்று இருக்கவில்லை. அதே நேரத்தில், அவர்களுடைய பேரப்பேச்சின் முடிவு அவர்களைப் பரவசப்படுத்தியும் இருக்கவில்லை.

ஒப்பந்தத்தில் முடியாத பேரப்பேச்சு

இங்கு நீங்களும் மற்றொருவரும் உங்களுடைய தேவைகள், நிலைப்பாடுகள், மற்றும் எதிர்பார்ப்புகளை ஒருவருக்கொருவர் பகிர்ந்து கொள்கிறீர்கள். ஆனால், இறுதியில் ஓர் உடன்பாட்டுக்கு வர முடியாத நிலையில் நீங்கள் இருக்கிறீர்கள். நெருங்கி வர முடியாத அளவுக்கு உங்களுக்கு இடையே இடைவெளி இருக்கிறது. நீங்கள் இருவரும் உடன்படாமல் இருப்பதற்கு உடன்படுகிறீர்கள். நீங்கள் இருவரும் எந்தவிதமான வெறுப்புணர்வோ, வருத்தமோ இன்றி உங்களுடைய வழியில் சென்றுவிடுகிறீர்கள். வேறு ஒரு சூழலில் நிலைமை சரியாக இருக்கும்பட்சத்தில் வருங்காலத்தில்

நீங்கள் ஓர் உடன்பாட்டிற்கு வருவதற்கு வாசலைத் திறந்து வைத்திருக்கிறீர்கள்.

எடுத்துக்காட்டாக, நீங்கள் ஒரு குறிப்பிட்டப் பொருளை வாங்க விரும்புகிறீர்கள். அதை விற்பவர் உங்களிடம் கேட்கின்ற தொகை மிகவும் அதிகமாக இருக்கிறது. அதனால், விலையைக் குறைத்துக் கொள்ளும்படி நீங்கள் அவரிடம் கேட்கிறீர்கள். ஆனால், அவர் இறங்கி வர மறுக்கிறார். நீங்கள் அதற்கு மேல் கொடுப்பதற்குத் தயாராக இல்லை. அதனால், உங்கள் இருவருக்கும் இடையே உடன்பாடு எதுவும் ஏற்படவில்லை.

வெற்றி-வெற்றி பேரப்பேச்சுப் பாணி

பேரப்பேச்சில் எல்லோரும் எதிர்பார்ப்பது இதைத்தான். இந்தப் பேரப்பேச்சின் முடிவில் இரு தரப்பினரும் தாங்கள் வெற்றி பெற்றுள்ளதாகவே கருதுவர். அவர்கள் இருவருமே தங்களுக்குப் பலனளிக்கின்ற ஓர் ஒப்பந்தத்திற்குத் தாங்கள் ஒப்புக் கொண்டுள்ளதாக உணர்வர். அவர்கள் இருவரும் மகிழ்ச்சியும் திருப்தியும் அடைந்திருப்பர், ஒப்பந்தத்தின் ஷரத்துகளை நிறைவேற்றுவதில் ஆர்வம் கொண்டிருப்பர். வருங்காலத்தில் இதேபோன்ற ஒப்பந்தங்களைத் தங்களுக்கிடையே போட்டுக் கொள்ள அவர்கள் தயாராக இருப்பர்.

பெரும்பாலான சமயங்களில், இந்தப் பேரப்பேச்சில் பங்கு பெற்றிருக்கும் இருவரும் முதலில் யோசித்து வைத்திருந்ததைவிட மேம்பட்ட மூன்றாவது மாற்று ஒன்றை வந்தடைவர். இதில் பங்கு கொள்கின்ற இருவரும், தனித்தனியாக, தங்களுடைய சொந்த யோசனைகள், நிலைப்பாடுகள் மற்றும் ஆர்வங்களோடு இதில் நுழைவர். பெரும்பாலான சமயங்களில், அவர்கள் இருவரும் பரஸ்பரம் கொண்டிருக்கின்ற நிலைப்பாடுகளில் சமரசம் செய்து கொள்ள முடியாமல்

தவிப்பர். பின்னர், அவர்கள் மூன்றாவது மாற்று ஒன்றைக் கண்டுபிடிப்பர். பெரும்பாலான சமயங்களில், அது தாங்கள் முதலில் மனத்தில் வரித்திருந்ததிலிருந்து வெகுதூரம் விலகி இருப்பதை இருவருமே உணர்வர்.

புதிதாகத் தோன்றியுள்ள மூன்றாவது மாற்று, தாங்கள் மனத்தில் நினைத்திருந்ததைவிட மேம்பட்ட ஒன்றாக இருப்பதாக அதில் பங்கு கொள்கின்ற இருவரும் நினைக்கின்றபோதுதான் வெற்றி-வெற்றி பேரப்பேச்சுப் பாணி சாத்தியப்படும்.

வெற்றி-வெற்றி தீர்வைக் கண்டுபிடிக்க முயலுங்கள்

சில காலத்திற்கு முன்பு, என் வாடிக்கையாளர் ஒருவரின் சார்பாக ஒரு நகராட்சி அமைப்பின் உறுப்பினர்களுடன் 330 வீட்டு மனைகளை உருவாக்கிக் கொடுக்கின்ற திட்டம் குறித்து நான் ஒரு பேரப்பேச்சில் ஈடுபட்டிருந்தேன். என்னுடைய வாடிக்கையாளர் அந்த நகரின் விளிம்பில் இருந்த ஓரிடத்தை வாங்கி அதைப் பல மனைகளாகப் பிரிக்கின்ற வேலைகளையும் செய்து முடித்திருந்தார். நகராட்சி அந்தப் பகுதியின் மேம்பாட்டுக்காக அந்த வீடுகள் ஒவ்வொன்றுக்கும் தலா 10,000 டாலர்கள் என்ற கணக்கில் பணம் கேட்டனர். மொத்தம் 33 இலட்சம் டாலர்கள் பணத்தையும் ரொக்கமாகக் கட்டும்படி நகராட்சி கோரியது. அது நியாயமான தொகைதான். ஏனெனில், அந்த இடத்திற்கு நகராட்சியின் சார்பில் அனைத்து வசதிகளையும் செய்து கொடுப்பதற்கு அதற்கு மேலும் பணம் செலவாகும். இங்கிருந்த ஒரே பிரச்சனை, அந்த மொத்தத் தொகையையும் உடனடியாக ரொக்கமாகக் கொடுக்க முடியாத நிலையில் என் வாடிக்கையாளர் இருந்ததுதான்.

இரு தரப்பும் இறங்கி வராமல் இருந்த நிலையில், அந்தத் திட்டம் தங்களுடைய கை நழுவிப் போய்க்

கொண்டிருந்ததாக என் வாடிக்கையாளர் நினைத்தார். அப்போதுதான் நான் இருவருக்கும் வெற்றி கிடைப்பதற்கு வழிவகுக்கின்ற மாற்றுத் திட்டம் ஒன்றை முன்மொழிந்தேன். "இங்கே சிக்கல் அந்த 33 இலட்சம் டாலர்கள் பணம்தான் என்பதில் சந்தேகமில்லை. நாங்கள் அந்த 33 இலட்சம் டாலர்களைக் கொடுக்க ஒப்புக் கொள்கிறோம். அதை எப்படிக் கொடுப்பது என்பதற்கு நான் ஒரு திட்டத்தை முன்வைக்கிறேன்," என்று நான் கூறினேன்.

அதையடுத்து நான் அவர்களிடம் என் திட்டத்தை விவரித்தேன்: "கடந்த மூன்று நாட்களாக நாம் விவாதித்துள்ள அனைத்தையும் நாங்கள் ஏற்றுக் கொள்கிறோம். அதில் இந்த 33 இலட்சம் டாலர்களும் அடக்கம். ஆனால், எங்களுக்கு உங்களிடமிருந்து ஒரே ஒரு சலுகை வேண்டும். உங்களுக்குக் கொடுக்க வேண்டிய அந்த 33 இலட்சம் டாலர்கள் பணத்தை, ஒரு மனைக்கு 10,000 டாலர்கள் என்ற அடிப்படையில், மனைகள் விற்க விற்க நாங்கள் உங்களுக்குக் கொடுத்துவிடுகிறோம்."

அங்கே சில கணங்களுக்கு மயான அமைதி நிலவியது. இறுதியில் அந்த நகராட்சியின் மேயர் அந்த மௌனத்தைக் கலைத்தார். "நாங்கள் மொத்தப் பணத்தையும் முதலிலேயே பெற விரும்புகிறோம் என்பது உண்மைதான். ஆனால், மனைகள் விற்க விற்கத்தான் உங்களால் பணம் கொடுக்க முடியும் என்றால், அதை நாங்கள் ஏற்றுக் கொள்கிறோம்," என்று அவர் தெரிவித்தார்.

இந்த ஷரத்துகளோடு ஒப்பந்தம் வெற்றிகரமாகக் கையெழுத்தானது.

நான் இந்தக் கதையை உங்களிடம் கூறுவதற்கு ஒரு காரணம் இருக்கிறது. நீங்கள் வெற்றி அடைகின்ற அதே நேரத்தில், மறுதரப்பும் வெற்றி அடைகின்ற விதத்தில் ஒரு தீர்வை நீங்கள் நாடினால், இது போன்றவை நிகழும் என்பதை வலியுறுத்தத்தான் நான் அதைக்

கூறினேன். வழமையான சிந்தனைக்கு அப்பாற்பட்டுச் சிந்திக்க முனையுங்கள். ஒரு பேரத்தின் முடிவில் அதில் ஈடுபட்டிருக்கின்ற இருவருக்கும் எது கண்டிப்பாகக் கிடைக்க வேண்டும் என்பது குறித்துத் தெளிவைக் கொண்டிருங்கள். அப்போது இரு தரப்பும் தாங்கள் வெற்றி பெற்றுள்ளதாக உணர்கின்ற ஒரு தீர்வை உங்களால் கண்டிப்பாகக் கண்டுபிடிக்க முடியும்.

அத்தியாயம் ஆறு

பேரப்பேச்சில் உங்களுடைய சக்தியைப் பயன்படுத்துதல்

எந்தவொரு பேரப்பேச்சிலும், நீங்கள் நினைப்பதைக் காட்டிலும் எப்போதும் உங்களிடம் அதிகமான சக்தி இருக்கும். ஒரு பேரப்பேச்சில் நீங்கள் ஈடுபட்டிருக்கின்றபோது, மறுதரப்பின் கை முழுமையாக ஓங்கியிருப்பதாக நீங்கள் நினைத்துக் கொண்டிருக்கின்ற ஒரு சூழலில்கூட, அந்த நபர் விரும்புகின்ற ஒன்று உங்களிடம் இருக்கலாம் அல்லது அவர் உங்களிடம் விரும்புகின்ற ஒன்றை நீங்கள் கண்டுபிடிக்கலாம். அப்போது, சக்தி உங்கள் பக்கம் சாய்ந்துவிடும்.

ஒரு பேரப்பேச்சின்போது, உங்களுடைய சக்தியை அதிகரித்துக் கொள்வதற்குப் பல்வேறு வழிகள் இருக்கின்றன. முன்தயாரிப்பு, அதிகாரம், மறுபக்கமுள்ளவரின் தேவைகள் குறித்தத் தகவல்,

பச்சாதாபம், வெகுமதி/தண்டனை, முதலீடு ஆகியவை அவற்றில் குறிப்பிடத்தக்கவை.

முன்தயாரிப்பின் சக்தி

ஒரு பேரப்பேச்சிற்குள் நுழைவதற்கு முன்பாக நீங்கள் எந்த அளவுக்கு முன்தயாரிப்புடனும், அது குறித்த அறிவுடனும் செல்கிறீர்களோ, அந்த அளவுக்கு அதிக சக்தியை நீங்கள் பெற்றிருப்பீர்கள். கனகச்சிதமான தயாரிப்பில் ஈடுபடுங்கள். நீங்கள் ஒரு வீட்டு மனை விற்பனையாளர் ஒருவரைச் சந்திக்கச் செல்கின்றபோது, உங்களுடன் ஒரு கணக்காளர், வழக்கறிஞர், வணிக மேலாளர் ஆகிய மூவரையும் உடனழைத்துச் செல்லுமாறு பேரப்பேச்சில் வல்லுநரான ராபர்ட் ரிங்கர் பரிந்துரைக்கிறார். இந்த அணுகுமுறை, நீங்கள் எந்த அளவுக்கு முன்தயாரிப்புடனும் அறிவுடனும் பேரப்பேச்சிற்கு வந்திருக்கிறீர்கள் என்ற கண்ணோட்டத்தை வெளிப்படுத்தி எதிராளியைத் திக்குமுக்காடச் செய்துவிடும்.

அதிகாரத்தின் சக்தி

நீங்கள் ஒரு பேரப்பேச்சிற்குச் செல்லும்போது, அதை ஒப்புக் கொள்ள வேண்டுமா, வேண்டாமா என்பதைத் தீர்மானிக்கின்ற அதிகாரம் உங்களிடம் இருப்பதை நீங்கள் தெளிவுபடுத்துவது உங்களுக்கு அந்தப் பேரப்பேச்சில் சக்தியளிக்கும். அதோடு, நீங்கள் பேரப்பேச்சில் ஈடுபட்டிருக்கின்ற துறை குறித்த அறிவு உங்களிடம் இருக்கிறது என்பதையும், விலை, ஒப்பந்த ஷரத்துகள் போன்றவை குறித்து உங்களுக்கு ஆழமான அனுபவம் இருக்கிறது என்பதையும் நீங்கள் தெளிவுபடுத்துகின்றபோது, அது நீங்கள் பேரம் பேசிக் கொண்டிருக்கின்ற நபரைக் கலவரப்படுத்தி, உங்களுக்குச் சாதகமான முடிவை அவரை எடுக்க வைக்கும்.

மறுபக்கமுள்ளவரின் தேவைகள் குறித்தத் தகவலின் சக்தி

நீங்கள் ஒரு பேரப்பேச்சில் ஈடுபடுகின்றபோது, மறுபக்கம் உள்ளவரின் சூழ்நிலை குறித்து நீங்கள் எந்த அளவுக்கு அறிந்துள்ளீர்களோ, பேரப்பேச்சில் அந்த அளவுக்கு உங்கள் கை ஓங்கியிருக்கும். எடுத்துக்காட்டாக, நீங்கள் ஒரு பேரப்பேச்சில் ஈடுபட்டிருக்கின்றபோது, எதிராளி, நீங்கள் விற்க முனைகின்ற ஒரு பொருளை வாங்கியே ஆக வேண்டிய நிலையில் இருக்கிறார் என்பதைத் தெரிந்து கொண்டு நீங்கள் அந்தப் பேரப்பேச்சில் நுழைகிறீர்கள் என்றால், நிலைமை உங்களுக்குச் சாதகமாக இருக்கும். அல்லது நீங்கள் பேரப்பேச்சில் ஈடுபட்டிருக்கும் நிறுவனம் கடும் நிதி நெருக்கடியில் இருக்கிறது, அதற்கு அவசரமாகக் கடன் தேவைப்படுகிறது என்ற தகவல் உங்களுக்குத் தெரிய வந்தால், அந்த நிறுவனத்துடன் உங்களுக்குச் சாதகமான ஓர் ஒப்பந்தத்தைப் போட்டுக் கொள்வது உங்களுக்கு எளிதாகிவிடும்.

பச்சாதாபத்தின் சக்தி

அனைத்துத் துறைகளிலுமுள்ள பேரப்பேச்சாளர்கள் இதைப் பயன்படுத்தி வருகின்றனர். நீங்கள் பேரப்பேச்சில் ஈடுபட்டிருக்கின்ற நபருடன் ஓர் இனிமையான உறவை வளர்த்துக் கொள்வதற்கு நீங்கள் எந்த அளவுக்கு நேரம் எடுத்துக் கொள்கிறீர்களோ, அந்த அளவுக்கு அவர் உங்களுடன் ஆசுவாசமாக உறவாடுவார். இறுதியில் அந்த ஒப்பந்தம் உங்களுக்குச் சாதகமான விதத்தில் முடிவதற்கு வாய்ப்புகள் அதிகரிக்கும்.

வெகுமதி/தண்டனையின் சக்தி

எந்தவொரு பேரப்பேச்சிலும் நீங்கள் அவசியம் வளர்த்துக் கொள்ள வேண்டிய ஒரு சக்தி இது. பிறருக்கு ஒரு வெகுமதியை அல்லது ஓர் அனுகூலத்தை அளிக்கின்ற, அல்லது அவற்றைத் தடுக்கின்ற நிலையில் நீங்கள் இருந்தால், எதிர்த்தரப்பினர் உங்களோடு ஒப்பந்தம் செய்து கொள்ள அதிக ஆர்வம் காட்டுவர். அவர்கள் உங்களிடம் பேரப்பேச்சில் ஈடுபட விரும்புவர்.

முதலீட்டின் சக்தி

இது, பேரப்பேச்சில் நீங்களோ அல்லது எதிர்த்தரப்புக்காரரோ முதலீடு செய்துள்ள நேரத்தையும் முயற்சியையும் குறிக்கிறது. எடுத்துக்காட்டாக, நீங்கள் இதில் ஐந்து நிமிடங்கள் மட்டுமே செலவழித்திருக்கிறீர்கள் என்றால், உங்கள் பங்குக்கு நீங்கள் இதற்காகக் குறைவான அளவிலேயே முதலீடு செய்திருக்கிறீர்கள் என்று அர்த்தம். மாறாக, நீங்கள் ஓர் உடன்பாட்டிற்காகப் பல நாட்களை அல்லது பல வாரங்களைச் செலவழித்திருக்கிறீர்கள் என்றால், அதில் நீங்கள் ஏகப்பட்ட முதலீட்டைச் செய்திருக்கிறீர்கள் என்று அர்த்தம். அது எதிராளிக்கு உங்கள்மீது நல்லதொரு அபிப்பிராயத்தை ஏற்படுத்தும். ஒரு பேரப்பேச்சில் நீங்கள் எவ்வளவு அதிகமாக முதலீடு செய்கிறீர்களோ, அதில் உங்கள் சக்தி அவ்வளவு அதிகமாக அதிகரிக்கும்.

அத்தியாயம் ஏழு

பேரப்பேச்சில் சக்தியும் கண்ணோட்டமும்

சக்தி என்பது கண்ணோட்டம் சார்ந்தது. இங்கு உங்களிடம் இருக்கின்ற சக்தி முக்கியமானது அல்ல. உங்களிடம் சக்தி இருப்பதாக அந்த மற்ற நபர் கொண்டிருக்கின்ற கண்ணோட்டம்தான் முக்கியம்.

என் நண்பர்களில் ஒருவர் ஒரு பெரும் பணக்காரர். சில ஆண்டுகளுக்கு முன்பு ஏற்பட்ட உலகளாவிய பொருளாதாரச் சரிவில் அவரும் மாட்டிக் கொண்டார். கிட்டத்தட்டத் தன் சொத்துகள் முழுவதையும் அவர் இழந்தார். அவர் பல பகுதிகளில் தன் செலவைக் கடுமையாகச் சுருக்க வேண்டியிருந்தது. அவர் தன் உல்லாசப் படகையும், நியூயார்க் நகரிலிருந்த தன்னுடைய ஆடம்பர வீட்டையும் விற்க நேர்ந்தது.

ஆனால், தன்னுடைய நிலையைப் பற்றி அவர்

எவரிடமும் மூச்சுவிடவில்லை.

இன்று அவர் மீண்டும் ஒரு பெரும் பணக்காரராக ஆவதை நோக்கி முன்னேறிக் கொண்டிருக்கிறார். வாங்குதல், விற்றல், பேரம் பேசுதல், வர்த்தகத்தில் ஈடுபடுதல், தன்னுடைய ஒரு நிறுவனத்தை விற்றல், மற்றொரு நிறுவனத்தை விரிவுபடுத்துதல் என்று அவர் சுறுசுறுப்பாக இருக்கிறார். அவர் இப்படி மீண்டெழுந்ததற்குக் காரணம் எல்லோரும் அவரை ஒரு செல்வந்தராகவே கருதிக் கொண்டிருப்பதுதான். அவரும் முன்பிருந்த அளவு அதே செல்வம் இன்றும் தனக்கு இருப்பதுபோலத் தன்னைக் காட்டிக் கொள்கிறார். கண்ணோட்டம்தான் எல்லாமே.

முந்தைய அத்தியாயத்தில் பேரப்பேச்சு தொடர்பாக நாம் பார்த்திருந்த அனைத்து சக்திகளுக்கும் கண்ணோட்டத்தின் முக்கியத்துவம் பொருந்தும். அவை தவிர, கூடுதலாகச் சிலவற்றை இப்போது பார்க்கலாம்.

பற்றாக்குறையின் சக்தி

ஒரு பொருள் தங்களுக்குக் கிடைக்காமல் போய்விடும் என்பதை அறிகின்றபோதுதான், பெரும்பாலும், தாங்கள் அதைச் சொந்தமாக்கிக் கொள்வதற்கு எந்த அளவுக்கு விரும்புகிறோம் என்பதை மக்கள் உணர்கின்றனர். அவர்கள் உடனடியாக வாங்கிச் சொந்தமாக்கிக் கொள்ளத் துடித்துக் கொண்டிருக்கின்ற ஓர் அரிய பொருள் உங்களிடம் இருக்கிறது என்ற கண்ணோட்டம் உருவாக்கப்பட்டால், பேரப்பேச்சில் உங்களுடைய சக்தி அதிகரிக்கும்.

விட்டேத்தியான மனப்போக்கின் சக்தி

நீங்கள் விட்டேத்தியான மனப்போக்கை வளர்த்துக் கொண்டு, ஒரு பேரப்பேச்சின்போது, அமைதியாகவும் உணர்ச்சிவசப்படாமலும் இருந்தால்,

அங்குப் பரிவர்த்தனை செய்யப்படுகின்ற பொருளை வாங்குவது அல்லது விற்பது குறித்து நீங்கள் பெரிதாக அக்கறை கொண்டிருக்கவில்லை என்ற கண்ணோட்டத்தை நீங்கள் வெளிப்படுத்துகிறீர்கள். இது 'போக்கர்' என்ற சீட்டுக்கட்டு விளையாட்டில் ஈடுபட்டிருப்பவர்கள் தங்களுடைய கையில் என்ன சீட்டு இருக்கிறது என்பதை எதிராளி தெரிந்து கொள்ளாமல் இருப்பதற்காகத் தங்களுடைய முகத்தில் எந்த உணர்ச்சியையும் வெளிக்காட்டாமல் இருப்பதைப் போன்றதாகும்.

தொலைக்காட்சியில் ஒளிபரப்பப்படுகின்ற போக்கர் போட்டிகளை நீங்கள் பார்த்திருந்தால், அதில் விளையாடிக் கொண்டிருப்பவர், அந்த விளையாட்டு முழுவதும், தனக்கு ஏதோ அதில் துளிகூட விருப்பம் இல்லை என்பதுபோல, முகத்தில் எந்தவிதமான உணர்ச்சிகளையும் வெளிக்காட்டாமல் வைத்திருப்பதை நீங்கள் அவதானித்திருக்கக்கூடும். உங்களுடன் பேரப்பேச்சில் ஈடுபட்டிருப்பவர் அந்தப் பரிவர்த்தனையை நிறைவு செய்வதில் ஆர்வம் காட்டினால் உங்கள் நிலை இன்னும் மேம்படும். அந்தப் பேரப்பேச்சை உங்களுக்குச் சாதகமான விதத்தில் உங்களால் முடித்துக் கொள்ள முடியும்.

துணிச்சலின் சக்தி

ஒரு பரிவர்த்தனையைப் பொறுத்தவரை நீங்கள் ஒரு தெளிவான முடிவை எடுத்திருப்பதையோ, அல்லது ஒரு வலுவான நிலைப்பாட்டைக் கொண்டிருப்பதையோ, அல்லது பேரம் சரியாக வராவிட்டால் அந்தப் பேரப்பேச்சை முறிப்பதற்குக்கூடத் தயாராக இருப்பதையோ எதிராளிக்கு வெளிக்காட்டுவதன் மூலம் நீங்கள் உங்களுடைய துணிச்சலை வெளிப்படுத்துகிறீர்கள். நீங்கள் செய்கின்ற காரியத்தில் நீங்கள் அதிக அளவு தன்னம்பிக்கையுடன் இருப்பதை

எதிராளி பார்க்கின்றபோது, அதனால் அவர் கலவரமடைவார். இறுதியில் அந்தப் பரிவர்த்தனை உங்களுக்குச் சாதகமான விதத்தில் முடியும்.

அர்ப்பணிப்பின் சக்தி

நீங்கள் ஒரு பேரப்பேச்சில் ஈடுபட்டிருக்கின்றபோது, அதை முடிப்பதற்கு உங்களை அர்ப்பணித்துக் கொண்டு, அதற்காக நீங்கள் எதை வேண்டுமானாலும் செய்யத் தயாராக இருப்பதை எதிராளி கண்டால், உங்களிடம் சக்தி இருப்பது போன்ற ஒரு கண்ணோட்டத்தை நீங்கள் அவரிடம் உருவாக்கிவிடுவீர்கள்.

இரண்டாம் உலகப் போரின்போது, பிரிட்டிஷ் இராணுவம் சிங்கப்பூரைக் காப்பதற்காக சுமார் 80,000 வீரர்களை அங்கு நிறுத்தி வைத்திருந்தது. ஆனால், ஒரு மிகச் சிறிய படையை வைத்துக் கொண்டு, ஜப்பானியப் படை, சிங்கப்பூரை பிரிட்டிஷ் இராணுவத்திடமிருந்து கைப்பற்றிவிட்டது. சிங்கப்பூரில் வாழ்ந்து கொண்டிருந்த அனைத்து மக்களையும் கொன்றழிப்பது உட்பட எந்த விலை கொடுத்தாவது சிங்கப்பூரைப் பிடிக்கத் தாங்கள் தயாராக இருந்தோம் என்ற கண்ணோட்டத்தை ஜப்பானியர்கள் பிரிட்டிஷ் இராணுவத்திடம் ஏற்படுத்துவதில் வெற்றி பெற்றிருந்ததுதான் அதற்குக் காரணம். ஜப்பானியர்கள் ஏற்கனவே மலேசியாவைக் கைப்பற்றியபோது, ஏராளமான பொதுமக்களைக் கொன்று குவித்திருந்தனர். அதனால், அவர்கள் சிங்கப்பூருக்குள் படையெடுத்து வந்தால், அங்கிருந்த பொதுமக்களையும் கொல்லத் தயங்க மாட்டார்கள் என்று நம்புவதைத் தவிர பிரிட்டிஷாருக்கு வேறு வழி இருக்கவில்லை. ஜப்பானியர்கள் குறித்து பிரிட்டிஷார் கொண்டிருந்த கண்ணோட்டம்தான் அவர்கள் சிங்கப்பூரை ஜப்பானியர்களிடம் இழந்ததற்குக் காரணம்.

அறிவு மற்றும் நிபுணத்துவத்தின் சக்தி

ஒரு பேரப்பேச்சில் ஈடுபட்டுள்ளவர்களில் ஒரு தரப்புக்கு அறிவும் நிபுணத்துவமும் அதிகமாக இருப்பதாக ஒரு கண்ணோட்டம் ஏற்படுகின்றபோது, அந்த தரப்புக்கு அது பெரும் சக்தியளிக்கிறது. நீங்கள் ஒரு சிக்கலான அல்லது நுட்பமான பொருளை விற்கிறீர்கள் என்று வைத்துக் கொள்வோம். அப்போது, உங்களிடம் தொழில்நுட்ப அறிவு பிரமாதமாக இருக்கிறது என்ற கண்ணோட்டம் பரவலாக உருவானால், சுமாரான தொழில்நுட்ப அறிவைக் கொண்டிருக்கின்ற நபர்கள் அதை வாங்குகின்றபோது, அவர்கள்மீது உங்களால் எளிதாக ஆதிக்கம் செலுத்த முடியும்.

உலகிலேயே மிகவும் வெற்றிகரமாக விளங்குகின்ற சில்லறை விற்பனைத் தொழில் ஆப்பிள் நிறுவனத்திற்குச் சொந்தமானது. நியூயார்க் நகரில் இருக்கின்ற டிஃபனி அன்ட் கம்பெனி என்ற நகைக்கடையின் விற்பனை ஒரு சதுர அடிக்கு 2,000 டாலர்கள். ஆனால், ஆப்பிள் நிறுவனச் சில்லறை விற்பனைக் கடையின் விற்பனை ஒரு சதுர அடிக்கு 4,600 டாலர்கள். அதற்கு என்ன காரணம்? ஆப்பிள் நிறுவனத்தில் வேலை பார்க்கின்ற நபர்கள் தாங்கள் விற்கின்ற பொருட்களைப் பற்றியும், தாங்கள் வழங்குகின்ற சேவைகளைப் பற்றியும் அபாரமான அறிவைக் கொண்டுள்ளனர். அதனால், ஆப்பிள் நிறுவனத்திற்குள் நுழைகின்ற, ஆப்பிள் நிறுவனத்தின் ஊழியர்கள் அளவு அறிவு பெற்றிராத வாடிக்கையாளர்கள், ஆப்பிள் பொருட்களை வாங்குவதற்கு இலட்சக்கணக்கான டாலர்களைக் கொட்டத் தயங்குவதில்லை.

அத்தியாயம் எட்டு

பேரப்பேச்சில் உணர்ச்சிகளின் தாக்கம்

பேரப்பேச்சுகளில் உணர்ச்சிகளுக்கு ஒரு முக்கிய இடம் உண்டு. குறிப்பாக, விருப்பம், பேராசை, பயம், கோபம் போன்ற உணர்ச்சிகள் ஒரு பேரப்பேச்சின்போது உங்களுக்கு உதவலாம் அல்லது உங்களுக்கு எதிராகத் திரும்பலாம். உங்களால் எந்த அளவுக்கு உணர்ச்சிகளைப் பேரப்பேச்சிற்குள் கொண்டுவராமல் தடுக்க முடிகிறதோ, அந்த அளவுக்குச் சிறப்பானதொரு பேரத்தை உங்களால் நிறைவு செய்ய முடியும். நீங்கள் எந்த அளவுக்கு உணர்ச்சிகளைப் பேரப்பேச்சிற்குள் இழுக்கிறீர்களோ, அந்த அளவுக்கு உங்களுடைய பக்கம் பலவீனமடையும்.

உணர்ச்சிகள் மதிப்பீடுகளைச் சிதைத்துவிடும். உணர்ச்சிகளுக்கு நீங்கள் ஆட்பட்டுவிட்டால்,

உங்களால் தெளிவாகச் சிந்திக்க முடியாது, சரியான தீர்மானங்களை எடுக்க முடியாது. ஒரு பேரப்பேச்சின்போது, அமைதியாக இருப்பதற்கு நீங்கள் மேற்கொள்கின்ற காரியங்கள் அனைத்தும் பேரத்தில் உங்களுக்கு நல்ல விளைவுகளைப் பெற்றுக் கொடுக்கும்.

எந்த அளவுக்கு அதை நீங்கள் தீவிரமாக விரும்புகிறீர்கள்?

பேரப்பேச்சு தொடர்பான உணர்ச்சிகளில் மிக முக்கியமானது விருப்பம். ஒரு பொருளை வாங்கவோ அல்லது விற்கவோ நீங்கள் எவ்வளவு அதிகமாக விருப்பம் காட்டுகிறீர்களோ, பேரப்பேச்சில் உங்களுடைய சக்தி அவ்வளவு குறைவாக இருக்கும்.

ஒரு குறிப்பிட்டப் பொருளை வாங்குவதற்கு நீங்கள் வெறித்தனமாக ஆசைப்பட்டால், அதற்கு என்ன விலையையும் கொடுக்க நீங்கள் தயாராக இருப்பீர்கள். இது நீங்கள் பேரப்பேச்சில் ஈடுபட்டிருப்பவருக்குத் தெரிந்துவிட்டால், பேரம் தொடர்பான அனைத்து விஷயங்களிலும் அவருடைய கை மேலோங்கிவிடும்.

முந்தைய அத்தியாயத்தில் நாம் பார்த்திருந்த 'விட்டேத்தியான மனப்போக்கின் சக்தி' நினைவிருக்கிறதா? உங்களிடம் சில கேள்விகளைக் கேளுங்கள். இந்தப் பொருளை நீங்கள் வாங்காவிட்டால் என்ன நிகழும்? இந்தப் பேரம் படியாவிட்டால் நடக்கக்கூடிய மிக மோசமான காரியம் என்னவாக இருக்கும்? அதை நீங்கள் பெறாவிட்டால் அது உங்களைக் கடுமையாக பாதிக்குமா?

நீங்கள் மிகவும் விரும்பிய பொருளை ஒருவேளை உங்களால் பெற முடியாமல் போகலாம். அந்தச் சாத்தியக்கூறுக்கு உங்களை முன்னதாகவே தயார்படுத்திக் கொள்ளுங்கள். நீங்கள் ஒரு பொருளை விற்றாலும் சரி, வாங்கினாலும் சரி, அது குறித்து நடக்கின்ற பேரப்பேச்சில் நீங்கள் வெற்றியடையாமல்

போகக்கூடும் என்ற யோசனை குறித்து நீங்கள் எந்த அளவுக்கு அமைதியாக இருக்கிறீர்களோ, அந்த அளவுக்கு அது குறித்து உங்களால் தெளிவாகச் சிந்திக்க முடியும், சரியான தீர்மானங்களை எடுக்க முடியும்.

உங்களுடைய உணர்ச்சிகளைக் கட்டுப்படுத்திக் கொள்ளுங்கள்

உங்களுடைய சிந்தனையின்மீது கடும் தாக்கம் ஏற்படுத்தக்கூடிய மற்றோர் உணர்ச்சி பொறாமை. ஒரு பொருளை நீங்கள் கிட்டத்தட்ட இலவசமாகப் பெறப் போகிறீர்கள் அல்லது அதற்கு நீங்கள் கொடுக்கத் தயாராக இருந்த விலையைவிடக் மிகக் குறைவான விலையில் அதை நீங்கள் பெறவிருக்கிறீர்கள் என்றால், அது உங்களுடைய உணர்ச்சிகளைக் குழப்பிவிடும், உங்களால் தெளிவாகச் சிந்திக்க முடியாது. நீங்கள் பெறத் தகுதியில்லாத ஒன்றை நீங்கள் பெறுகிறீர்கள் அல்லது பயங்கரமான தள்ளுபடியில் நீங்கள் ஒன்றைப் பெறுகிறீர்கள் என்ற யோசனையே, பகுத்தறிவுபூர்வமாகச் சிந்திக்கின்ற உங்களுடைய திறனை மழுங்கடித்துவிடும்.

விருப்பம் மற்றும் பேராசைக்கு அடுத்த ஆபத்தான உணர்ச்சி பயம். ஒரு பேரப்பேச்சின் விளைவு எப்படியிருக்கும் என்பது குறித்து நீங்கள் எந்த அளவுக்கு பயப்படுகிறீர்களோ, அந்த அளவுக்கு எளிதாக, உங்களுக்குச் சாதகமாக இல்லாத தீர்மானங்களை எடுப்பதற்கு நீங்கள் தள்ளப்பட்டுவிடுவீர்கள். அதனால்தான், பேரப்பேச்சின்போது, உங்களுக்கு ஒரு பொருள் கிடைக்காமல் போவது குறித்து விட்டேத்தியாக இருப்பது உங்களுடைய உணர்ச்சிகளைக் கட்டுக்குள் வைத்திருப்பதற்கான ஒரு நல்ல வழியாகும்.

பேரப்பேச்சுகளின்போது உங்களுடைய தீர்மானங்களோடு விளையாடக்கூடிய மற்றோர் உணர்ச்சி கோபம். பிறர்மீது நியாயமற்ற முறையில் ஆதிக்கம் செலுத்த முயல்கின்ற நபர்கள், பயத்தையும்

கோபத்தையும் அவர்களிடம் தூண்டிவிட்டு, அவர்களுக்குச் சாதகமாக இல்லாத முடிவுகளை எடுக்கும்படி அவர்களைத் தூண்டிவிடுவர்.

எல்லா நேரங்களிலும் அமைதியாக இருங்கள்

ஒரு பேரப்பேச்சின்போது நீங்கள் ஏதாவது ஓர் உணர்ச்சிக்கு ஆட்பட்டுக் கொண்டிருப்பதாக நீங்கள் உணர்ந்தால், உடனே ஒரு சிறு இடைவேளை எடுத்துக் கொள்ளுங்கள். சிறிது நேரம் ஆசுவாசமாக நடந்துவிட்டு வாருங்கள். அல்லது, மதிய உணவுக்குச் சென்றுவிட்டு வந்து தொடருங்கள். அல்லது, அதை வேறு ஒரு தினத்திற்கு ஒத்தி வைத்துவிடுங்கள். ஒரு முக்கியமான தீர்மானத்தை எடுக்கின்றபோதோ அல்லது முக்கியமானதொரு பேச்சுவார்த்தையில் ஈடுபடுகின்றபோதோ, எந்தவோர் உணர்ச்சிக்கும் ஆளாகிவிடாமல் கட்டுப்பாட்டுடன் இருங்கள்.

இந்தக் கேள்வியை உங்களிடம் கேளுங்கள்: "பெரிதாக என்ன குடி முழுகிப் போய்விடும்?" அந்தப் பேரம் படியாவிட்டால் பெரிதாக என்ன நடந்துவிடும்? வெற்றிகரமானதொரு தொழிலதிபராக விளங்கிய என் வழிகாட்டிகளில் ஒருவர் ஒரு முறை என்னிடம் கூறியதை நான் ஒருபோதும் மறக்க மாட்டேன். அடுத்து எனக்குக் கிடைக்கவிருந்த ஒரு வணிக வாய்ப்பு குறித்து நான் மிகவும் பரவசமடைந்திருந்தேன். அப்போது அவர் என்னிடம், "பிரையன், பேரப்பேச்சுகள் பேருந்துகளைப் போன்றவை. ஒன்று வராவிட்டால், அலட்டிக் கொள்ளாதீர்கள். எப்போதுமே அடுத்து ஒன்று வரும். இந்த வாய்ப்பு குறித்துப் பெரிதாகப் பரவசம் அடையாதீர்கள், கவலை கொள்ளாதீர்கள். இது சுமூகமாக முடியவில்லை என்றால், அதை மறந்துவிடுங்கள். வேறு ஒன்று கண்டிப்பாக வரும்," என்று கூறினார்.

அறிவார்ந்த ஒருவர் என்னிடம் இவ்வாறு

கூறியிருந்தார்: “சில நேரங்களில் உங்களுக்குக் வாய்க்கின்ற மிகச் சிறந்த பேரங்கள், நடைபெறாமல் போன பேரங்கள்தாம்.”

பற்றற்று இருப்பதற்குப் பழகிக் கொள்ளுங்கள்

உங்களுடைய உணர்ச்சிகளைக் கட்டுப்பாட்டில் வைத்திருப்பதற்கான சிறந்த வழி, அவை குறித்து முன்கூட்டியே உளவியல்ரீதியாக உங்களைத் தயார்படுத்திக் கொள்வதுதான். பற்றற்று இருப்பதற்குப் பழகிக் கொள்ளுங்கள். ஒரு பேரப்பேச்சில் ஈடுபடுவதற்கு முன்பு ஆழமாக சுவாசியுங்கள். உங்களை நீங்களே நன்றாக அவதானித்துக் கொள்ளுங்கள். ஒரு புத்தமதத் துறவியைப்போல அமைதியாக இருங்கள். அதில் உணர்ச்சிபூர்வமாக ஈடுபடாதீர்கள். உங்களை உணர்ச்சிபூர்வமாக அந்தப் பேரத்தோடு பிணைத்துக் கொள்ளாதீர்கள்.

ஒரு பேரப்பேச்சின்போது வலுவாக இருப்பதற்கான ஒரு வழி, அமைதியாகவும் பற்றற்றும் இருக்க முடிகின்ற திறன்தான். ஒரு குறிப்பிட்ட விளைவை அடைவதில் மிகவும் உணர்ச்சிகரமாக ஈடுபட்ட நபர்தான் குறைவான சக்தியைக் கொண்டவராக இருப்பார் என்பதை நீங்கள் நினைவில் வைத்திருங்கள்.

அத்தியாயம் ஒன்பது

தீர்மானங்களில் நேரம் வகிக்கின்ற பாத்திரம்

வெற்றிகரமான பேரப்பேச்சில் நேரம் ஒரு முக்கியப் பங்கு வகிக்கிறது. பெரும்பாலான சமயங்களில், பேரப்பேச்சில் ஈடுபடுவதற்குச் சரியான நேரத்தை முன்கூட்டியே திட்டமிட்டால், உங்களுக்குச் சாதகமான விதத்தில் அந்தப் பேரத்தை உங்களால் முடிக்க முடியும்.

இரகசியம் திரைவிலக்கப்பட்டுவிட்டது

எடுத்துக்காட்டாக, நீங்கள் ஒரு கார் வாங்க விரும்புகிறீர்கள் என்று வைத்துக் கொள்வோம். அதற்கு நீங்கள் ஓர் உத்தியைப் பயன்படுத்தலாம். விற்பனையாளர்களுக்கும் விற்பனை மேலாளர்களுக்கும் பொதுவாக மாதாந்திர விற்பனை இலக்கு ஒன்று

இருக்கும். அதனால், ஒரு மாதத்தின் முதல் மூன்று வாரங்களுக்குள் நீங்கள் கார் வாங்குவதற்கு ஒரு கார் விற்பனை நிலையத்திற்குச் சென்றால், தங்களுடைய மாதாந்திர விற்பனை இலக்கை எட்ட வேண்டும் என்ற பதற்றம் விற்பனையாளர்களிடம் இருக்காது. அதன் காரணமாக அவர்கள் தங்களுடைய பேரப்பேச்சில் நெகிழ்வுத்தன்மையுடன் இருக்க மாட்டார்கள். நீங்கள் வாங்க உத்தேசித்துள்ள காருக்கு நீங்கள் அதிக விலை கொடுக்க நேரிடலாம்.

ஒரு கார் வாங்குவதற்கு ஏற்ற நேரம் ஒரு மாதத்தின் கடைசி இரண்டு அல்லது மூன்று நாட்கள்தான். அதற்கு முன்பு ஒரு கார் விற்பனை நிலையத்திற்குச் சென்று, ஒரு காரைத் தேர்வு செய்து, அதை ஓட்டிப் பார்த்து அந்தக் கார் உங்களுக்குப் பிடித்திருக்கிறதா என்பதை முடிவு செய்து வைத்துக் கொள்ளுங்கள். ஆனால், பேரப்பேச்சில் ஈடுபடுவதற்குக் காரின் விலை மற்றும் பிற நிபந்தனைகளைப் பற்றிப் பேசுவதற்கு மாதக் கடைசியில் செல்லுங்கள். இப்படிச் செய்தால், நீங்கள் விரும்புகின்ற கார் உங்களுக்கு மிகச் சிறந்த விலையில் கிடைக்கும். சில வேளைகளில் நம்ப முடியாத விலையில்கூட அது கிடைக்கும்.

சில ஆண்டுகளுக்கு முன்னால், சுமார் 1,000 பேருக்கு விற்பனைக் கருத்தரங்கு ஒன்றை நான் நடத்திக் கொண்டிருந்தேன். அப்போது, கார் வாங்க உத்தேசித்திருப்பவர்களுக்கு உதவிகரமாக இருக்குமே என்ற நோக்கத்தில் இந்த யோசனையை அக்கூட்டத்தினரிடம் நான் கூறினேன். ஆனால், அந்தக் கூட்டத்தில் ஒரு மிகப் பெரிய கார் நிறுவனத்தைச் சேர்ந்த 100 விற்பனையாளர்கள் கலந்து கொண்டிருந்தனர் என்ற விஷயம் எனக்குத் தெரியாது. நான் இந்த இரகசியத்தை இப்படிப் போட்டுடைத்துவிட்டது கண்டு அவர்கள் அனைவரும் என்மீது கடும் கோபம் அடைந்தனர். கருத்தரங்கு முடிந்ததும், கார் விற்பனைத் துறையில் மறைத்து வைக்கப்பட்டிருந்த ஒரு பெரிய இரகசியத்தை

நான் வெளிப்படுத்திவிட்டதற்காக அவர்கள் என்மீது வசைமாரி பொழிந்தனர்.

அவசரத்தனம் குறித்து விழிப்புடன் இருங்கள்

பொருத்தமான நேரம் குறித்த விஷயத்தில் அவசரத்தனம் ஒரு முக்கியப் பங்கு வகிக்கிறது. ஒரு பொருளை நீங்கள் அவசரமாக வாங்க விரும்பினால், உங்களுடைய பேரப்பேச்சு சக்தி வெகுவாகக் குறைந்துவிடும். திறமையான விற்பனையாளர்களும் பேரப்பேச்சாளர்களும், தங்களிடம் பொருட்களை வாங்க வருகின்ற நபர்களின் பேரப்பேச்சு சக்தியை மட்டுப்படுத்துவதற்காக ஒருவிதமான அவசரத்தனத்தை உருவாக்குவதற்குப் பல தந்திரங்களைப் பிரயோகிக்கின்றனர்.

எடுத்துக்காட்டாக, விற்பனையாளர்கள் இப்படிக் கூறக்கூடும்: "இது குறித்து நீங்கள் இன்றே ஒரு முடிவுக்கு வந்துவிடுவது நல்லது. ஏனெனில், நாளை முதல் இதன் விலை வெகுவாக உயரப் போகிறது." அல்லது, "இப்பொருள் இன்று சிறப்புத் தள்ளுபடியில் விற்கப்படுகிறது. ஆனால், இது இன்று மாலை ஐந்து மணியுடன் முடிவடைகிறது. அதற்குப் பிறகு இது இதன் முழு விலையில் மட்டுமே விற்கப்படும்."

இந்த உத்தியைப் புத்திசாலித்தனமாக நீங்கள் இப்படி எதிர்கொள்ளலாம்: ஒருவர் உங்களிடம், "நீங்கள் இது குறித்து உடனடியாக முடிவெடுக்க வேண்டும்; இல்லையெனில், நீங்கள் ஓர் அருமையான சந்தர்ப்பத்தை நழுவவிடக்கூடும்," என்று கூறினால், அவர்களிடம் நீங்கள், "இப்போதே நான் முடிவெடுக்க வேண்டும் என்று நீங்கள் வற்புறுத்தினால், அதற்கு என் பதில் இது வேண்டாம் என்பதாகத்தான் இருக்கும். ஆனால், இது குறித்து முடிவெடுப்பதற்கு எனக்கு வாய்ப்பளித்தால், நான் இதை வாங்குவது குறித்துப் பரிசீலிக்கக்கூடும்," என்று கூறுங்கள்.

அமெரிக்க வரலாற்றின் தொடக்கக் காலங்களில் தீயணைப்புத் துறை தனியார் வசமிருந்தது. அதை உள்ளூர்க் கடைக்காரர்களின் ஊழியர்கள் நிர்வகித்து வந்தனர். ஒரு வீடு தீப்பற்றிக் கொள்கின்றபோது, அதன் சொந்தக்காரர் தீயணைப்பு நிலையத்தைத் தொடர்பு கொள்வார். அவர்கள் உடனடியாக வந்துவிடுவர். ஆனால், தீயணைப்பு வேலையைத் தொடங்குவதற்கு முன்பு, அதற்கு அந்த வீட்டின் சொந்தக்காரர் எவ்வளவு கட்டணம் கொடுக்க வேண்டும் என்று அவர்கள் அவரிடம் பேரம் பேசுவர். தன் வீடு பற்றி எரிந்து கொண்டிருக்கும் சூழலில் இருக்கின்ற ஒருவர் கட்டணக் குறைப்பு குறித்துப் பேரம் பேசும் நிலையிலா இருப்பார்? இக்காரணத்தினால்தான், இறுதியில், தீயணைப்புத் துறை நகராட்சியின் கட்டுப்பாட்டிற்குள் கொண்டுவரப்பட்டது.

எந்தவொரு தீர்மானத்தையும் அவசர கதியில் எடுக்காதீர்கள்

மேலே குறிப்பிடப்பட்டுள்ள உத்தியின் மற்றொரு வடிவம் துரித முடிவெடுக்க உங்களைத் தூண்டுதல். இது, நீங்கள் பேரம் பேசிக் கொண்டிருக்கின்ற ஒரு விஷயம் குறித்து நீங்கள் நிதானமாகச் சிந்திப்பதற்கு நேரம் கொடுக்காமல் உங்களைத் துரித முடிவெடுக்கத் தூண்டும்போது நிகழ்கிறது. இது போன்ற சமயங்களில், நீங்கள் அவர்களிடம், “இது குறித்து யோசிப்பதற்கு எனக்குக் கால அவகாசம் தேவை. என் முடிவை நான் பின்னர் உங்களிடம் தெரிவிக்கிறேன்,” என்று கூறிவிடுங்கள்.

பேரப்பேச்சுக் கலையில் சிறந்து விளங்குபவர்கள் காலந்தாழ்த்துவதை ஓர் உத்தியாகப் பயன்படுத்துவர். நிராகரிப்பின் ஒரு விதமான குரூர வடிவம்தான் காலம் தாழ்த்துதல். நீங்கள் ஒரு பேரப்பேச்சில் ஈடுபட்டிருக்கின்றபோது, மறுதரப்பில் இருப்பவர்

அதை உடனடியாக ஒரு முடிவுக்குக் கொண்டுவர விரும்பும்போது நீங்கள் எந்த அளவுக்குக் காலந்தாழ்த்துகிறீர்களோ, அந்த அளவுக்கு அந்தப் பேரத்தில் உங்கள் கை ஓங்கியிருக்கும்.

ஒரு பேரப்பேச்சின்போது, உடன்பாட்டிற்கு வருவதற்குக் காலந்தாழ்த்துதல், உங்களைப் பாதுகாத்துக் கொள்வதற்கான ஆற்றல்மிக்க ஓர் உத்தியாகும். முக்கியமான தீர்மானங்களை எடுப்பதற்கு முன்பு ஓர் இருபத்து நான்கு மணி நேரத்தை, அது குறித்து அசைபோடுவதற்கும் மறுபரிசீலனை செய்வதற்கும் பயன்படுத்திக் கொள்ளுங்கள். ஒரு பேரப்பேச்சின்போது ஒரு தீர்மானத்திற்கு வருவதற்கு நீங்கள் எந்த அளவு காலந்தாழ்த்துகிறீர்களோ, ஒரு நல்ல தீர்மானத்திற்கு வருவதற்கான உங்களுடைய திறன் அந்த அளவுக்கு அதிகரிக்கும். அதன் விளைவாக, அந்தப் பேரப்பேச்சிலும் நீங்கள் உங்களுக்குச் சாதகமான பயன்களைப் பெறுவீர்கள்.

காலக்கெடுவை ஓர் உத்தியாகப் பயன்படுத்துதல்

பேரப்பேச்சில் நீங்கள் காலக்கெடுவை ஓர் ஆற்றல்மிக்க உத்தியாகப் பயன்படுத்தலாம். பேரப்பேச்சின்போது, உங்களால் முடிகின்ற போதெல்லாம், மறுதரப்பில் இருப்பவருக்கு ஒரு காலக்கெடுவை நிர்ணயம் செய்யுங்கள். ஒரு குறிப்பிட்ட நாளுக்கு முன்பாக அவர் ஒரு தீர்மானத்திற்கு வரவில்லை என்றால், நீங்கள் அந்தப் பேரத்திலிருந்து விலகிக் கொள்வீர்கள் என்று கூறுங்கள். அதற்குப் பிறகு, அதன் விலை, அது தொடர்பான நிபந்தனைகள் போன்றவை மாறிவிடும் என்றும், வேறு யாராவது அதை வாங்கிக் கொள்ள முன்வந்தால் அவரிடம் நீங்கள் அதை விற்றுவிடுவீர்கள் என்றும் கூறுங்கள்.

பேரப்பேச்சில் வல்லுநரும் அதைக் கற்றுக்

கொடுத்துக் கொண்டிருப்பவருமான ஹெர்ப் கோஹன், தான் ஒரு நிர்வாக அதிகாரியாக இருந்தபோது கற்றுக் கொண்ட ஒரு பாடத்தைப் பற்றி இவ்வாறு குறிப்பிடுகிறார்:

அவருடைய நிறுவனம், ஒரு ஜப்பானிய நிறுவனத்துடன் உற்பத்தி தொடர்பான ஒரு பெரிய ஒப்பந்தப் பேச்சுவார்த்தை நடத்துவதற்காக அவரை ஜப்பானுக்கு அனுப்பி வைத்தது. அந்த ஒப்பந்தம் அவருடைய நிறுவனத்திற்கு எந்த அளவுக்கு முக்கியமானதாக இருந்ததோ, அதே அளவுக்கு, ஓர் இளம் நிர்வாக அதிகாரி என்ற முறையில் அவருடைய வேலை வளர்ச்சிக்கும் இன்றியமையாததாக இருந்தது.

அவர் ஜப்பானுக்குப் போய்ச் சேர்ந்தபோது, அந்த ஜப்பானிய நிறுவனத்தைச் சேர்ந்தவர்கள், அவரை விமான நிலையத்தில் வரவேற்று, ஓர் ஆடம்பரக் காரில் அவரை ஓர் ஓட்டலுக்கு அழைத்துச் சென்று அவரை அங்குத் தங்க வைத்தனர். அவர் தங்களுடைய விருந்தாளி என்பதால் அவரைக் கவனித்துக் கொள்வது தங்களுடைய பொறுப்பு என்று அவர்கள் அவரிடம் கூறினர். அவரை மீண்டும் விமான நிலையத்தில் விட்டுவிடுவதற்கு ஏற்பாடு செய்வதற்காக அவருடைய விமானப் பயணச்சீட்டை அவர்கள் அவரிடம் கேட்டனர். அவர் ஆறு நாட்கள் கழித்துத்தான் ஜப்பானைவிட்டுக் கிளம்புகிறார் என்பதை அவர்கள் அந்தப் பயணச்சீட்டிலிருந்து தெரிந்து கொண்டனர்.

முதல் ஐந்து நாட்களும் அவர்கள் அவரை ஆடம்பரத்தில் குளிப்பாட்டினர், விதவிதமான உணவுப் பதார்த்தங்களை அவருக்குக் கொடுத்து உபசரித்து அவரைத் திணறடித்தனர். அவரைத் தங்களுடைய தொழிற்சாலைக்கு அழைத்துச் சென்று சுற்றிக் காட்டினர். ஆனால், ஒப்பந்தம் தொடர்பாக எந்தவொரு பேச்சையும் அவர்கள் எடுக்கவில்லை. அவர்கள் அவரை நன்றாகக் கவனித்துக் கொண்டிருந்ததால், நாகரிகம் கருதி கோஹனும் அதைப் பற்றிப் பேசாமல் இங்கிதமாக

நடந்து கொண்டார். அவர்கள் கடைசி நாள்வரை பேச்சுவார்த்தையில் ஈடுபடவில்லை. கடைசி நாளன்று தொடங்கிய பேச்சுவார்த்தை, அவர்கள் அவரை விமான நிலையத்தில் இறக்கிவிடும்வரை தொடர்ந்து நடைபெற்றுக் கொண்டிருந்தது. இறுதியில் கோஹன் அவர்களுடன் ஓர் ஒப்பந்தம் போட்டுக் கொள்ளச் சம்மதித்தார். ஆனால், அவர்கள் திட்டமிட்ட முறையில் காலத்தைத் தங்களுக்குச் சாதகமாகப் பயன்படுத்திக் கொண்டிருந்தனர் என்பதை அவர் முதலிலேயே உணர்ந்திருந்தால், தான் ஒப்புக் கொண்டிருந்ததைவிடத் தங்களுக்கு அதிகச் சாதகமான ஓர் ஒப்பந்தத்தைத் தன்னால் போட்டிருக்க முடியும் என்பதை அவர் தாமதமாகத்தான் உணர்ந்தார்.

பேரப்பேச்சில் 80/20 விதி

பேரப்பேச்சில் 80/20 விதி ஒரு முக்கியப் பங்கு வகிக்கிறது. ஒரு பேரப்பேச்சின் கடைசி 20 சதவீதப் பேச்சுதான், முக்கியமான 80 சதவீத விஷயங்கள் குறித்து இருக்கும் என்று அந்த விதி தெரிவிக்கிறது. முதலில் நடைபெறுகின்ற 80 சதவீதப் பேச்சுவார்த்தைகள், முக்கியமான 20 சதவீத விஷயங்கள் குறித்துப் பேசும்.

அதாவது, ஒரு பேரப்பேச்சின்போது, முதல் 80 சதவீத நேரம் முக்கியமற்ற விஷயங்கள் குறித்துப் பேசுவதில் செலவிடப்படும் என்பதை நீங்கள் புரிந்து கொள்ள வேண்டும். இறுதியில், நேரம் வேகமாகக் கரைந்து கொண்டிருக்கின்ற சமயத்தில்தான், முக்கியமான விஷயங்கள் குறித்துப் பேசப்பட்டு, அவை குறித்தத் தீர்மானங்கள் மேற்கொள்ளப்படும்.

அதனால், நீங்கள் ஒரு பேரப்பேச்சின் தொடக்கக் கட்டத்தில் மிகவும் பொறுமையாக இருக்க வேண்டும். அப்போது அவசரப்படுத்துவதில் பயனிருக்காது. நீங்கள் ஒரு குறிப்பிட்டப் பரிவர்த்தனையைப் பற்றிய பேரப்பேச்சில் ஈடுபடுகின்றபோது, அதன் கடைசி

முப்பது நிமிடங்களில்தான் அது குறித்த முக்கியமான தீர்மானங்கள் மேற்கொள்ளப்படும். அதனால், அதுவரை பொறுமையாக இருங்கள்.

அத்தியாயம் பத்து

உங்களுக்கு என்ன வேண்டும் என்பதை அறிந்து வைத்திருங்கள்

இதன் மூலம் தாங்கள் எதைப் பெற விரும்புகிறோம் என்பதைத் துல்லியமாக அறிந்து கொள்ளாமல் எண்ணற்றவர்கள் ஒரு பேரப்பேச்சிற்குள் செல்கின்றனர் என்பதை அறிந்து கொள்ளும்போது மிகவும் வியப்பாக இருக்கிறது. அதனால், அவர்கள், அந்தப் பேரப்பேச்சு நடந்து கொண்டிருக்கின்றபோதே தங்களுடைய இலக்குகளையும் விருப்பங்களையும் தீர்மானித்துக் கொள்கின்றனர். அவர்களை ஒரு பொருளை எளிதாக வாங்கவோ அல்லது விற்கவோ வைத்துவிட முடியும்.

இந்த மாதிரியான நிலை உங்களுக்கு ஏற்படக்கூடாது என்று நீங்கள் விரும்பினால், அந்தப் பேரப்பேச்சிலிருந்து உங்களுக்கு என்ன வேண்டும் என்பதை முதலிலேயே நீங்கள் தெளிவாகத் தீர்மானித்து வைத்துக் கொள்ள

வேண்டும். உங்களிடம் நீங்கள் இந்தக் கேள்வியைக் கேளுங்கள்: “இந்தப் பேரப்பேச்சு கச்சிதமாக நடந்து முடிந்தால், இதன் மூலம் நான் என்ன சாதிப்பேன்?”

இதற்கான பதிலை முன்கூட்டியே யோசித்து அதை ஒரு காகிதத்தில் எழுதி வைத்துக் கொள்ளுங்கள். தங்களுக்கு என்ன வேண்டும் என்பது குறித்து உறுதியாகத் தெரியாமல் இருக்கின்ற நபர்களோடு ஒப்பிடுகையில், அது குறித்து முன்கூட்டியே அறிந்து வைத்திருந்து, அதை எழுத்திலும் வடித்து வைத்திருக்கின்ற நபர்களுக்குப் பேரப்பேச்சின்போது நல்ல அனுகூலம் இருக்கிறது.

பிறருடன் விவாதியுங்கள்

அடுத்து நீங்கள் மேற்கொள்ளவிருக்கும் பேரப்பேச்சு குறித்து உங்களுக்குத் தெரிந்த நபர் ஒருவரிடம் தெரிவித்து, அதிலிருந்து நீங்கள் பெற விரும்புகின்ற கச்சிதமான விளைவைப் பற்றி அவரிடம் விளக்குங்கள். இப்படி உங்களுடைய பேரப்பேச்சிலிருந்து நீங்கள் பெற விரும்புகின்ற விஷயத்தைப் பற்றி வேறு ஒருவரிடம் கூறுவதால் அல்லது எழுத்தில் வடிப்பதால் உங்களுக்கு அந்தப் பொருள் இலவசமாகக் கிட்டிவிடப் போவதில்லைதான். அல்லது, மற்றத் தரப்புக்காரருக்குப் பாதகமாகவும் உங்களுக்குச் சாதகமாகவும் அது அமைந்துவிடப் போவதில்லை. ஆனால், பேரப்பேச்சின் விளைவுகள் குறித்து முன்கூட்டியே யோசித்து வைப்பதன் மூலம், உங்களால் அதை வெற்றி-வெற்றி பேரப்பேச்சாக மாற்ற முடியும், அந்த அடுத்தத் தரப்புக்காரரும் அதன் முடிவு குறித்துத் திருப்தியுடன் இருப்பார்.

நீங்கள் மேற்கொள்ளவிருக்கின்ற பேரம் குறித்து நீங்கள் யோசிக்கின்றபோது, நீங்கள் விரும்புகின்ற விளைவை அடைவதற்கு நீங்கள் என்ன விலை கொடுக்கத் தயாராக இருக்கிறீர்கள் என்பதையும் முடிவு

செய்து கொள்ளுங்கள். நீங்கள் எதையோ விற்கின்ற பட்சத்தில், அதற்கு நீங்கள் எவ்வளவு பெறத் தயாராக இருக்கிறீர்கள் என்பதை முடிவு செய்து கொள்ளுங்கள்.

சிறந்த, நடுத்தர மற்றும் மோசமான விளைவுகள்

ஒரு பேரப்பேச்சின்போது, சிறந்த, நடுத்தர, மற்றும் மோசமான விளைவுகள் என்ற மூன்று விதமான விளைவுகள் ஏற்படுவதற்கான வாய்ப்புகள் இருக்கின்றன என்ற ரீதியில் யோசியுங்கள். பின் அந்த மூன்று விளைவுகளும் எப்படி இருக்கும் என்று சிந்தியுங்கள். எடுத்துக்காட்டாக, நீங்கள் வாங்கவிருக்கின்ற பொருளுக்கு நீங்கள் கொடுக்கத் தயாராக இருக்கின்ற குறைந்தபட்ச விலை, அதற்குச் சிறிது அதிகமான விலை, கடைசியாக உச்சபட்ச விலை ஆகிய மூன்றையும் முதலிலேயே யோசித்து வைத்துக் கொள்ளலாம்.

நீங்கள் விற்கின்ற பொருளுக்கு அதிகபட்ச விலையோடும், நீங்கள் வாங்குகின்ற பொருளுக்குக் குறைந்தபட்ச விலையோடும் நீங்கள் பேரத்தைத் துவக்குகின்றபோது, அதன் முடிவு உங்களுக்குப் பெரும் வியப்பளிக்கும் விதத்தில் இருப்பதை நீங்கள் காண்பீர்கள். சில நேரங்களில், ஏதோ ஒரு காரணத்திற்காக, எதிர்த்தரப்பில் இருக்கும் நபர் நீங்கள் முதலில் வைக்கின்ற கோரிக்கைக்கு உடன்படக்கூடும். அங்கு அதற்கு மேல் பேரம் பேச வேண்டிய தேவை இல்லாமல் போய்விடும்.

சில வேளைகளில், நீங்கள் சிறிதளவு பேரம் பேச வேண்டியிருக்கும். அப்போது நீங்கள் மனத்தில் வைத்திருக்கின்ற நடுத்தர விலைக்குப் பேரம் படிந்துவிடும். ஒரு சில வேளைகளில் இன்னும் கூடுதலாகப் பேரம் நடக்கின்றபோது, நீங்கள் முன்கூட்டியே யோசித்து வைத்திருக்கின்ற அடிமட்ட வேண்டுகோளுக்குப் பேரம் படியக்கூடும். அதுவும் நீங்கள் கொடுக்கத் தயாராக இருக்கின்ற ஒரு விலைதான் என்பதால், இதில் நீங்கள்

எதையும் இழக்கப் போவதில்லை. அதைச் செய்ய உங்களுக்குப் பிடிக்காது என்றாலும், வேறு வழியின்றி நீங்கள் அதை ஏற்றுக் கொள்வீர்கள். விலை இதற்கு மேல் கூடினால் நீங்கள் அதை வாங்க மாட்டீர்கள். அதனால், நீங்கள் வாங்குபவராக இருக்கின்ற பட்சத்தில், நீங்கள் கொடுக்கத் தயாராக இருக்கின்ற உச்சபட்ச விலையை நீங்கள் தெளிவாகத் தீர்மானித்துக் கொள்ள வேண்டும். நீங்கள் விற்பவராக இருக்கின்ற பட்சத்தில், நீங்கள் ஏற்றுக் கொள்ளத் தயாராக இருக்கின்ற குறைந்தபட்ச விலையை நீங்கள் தெளிவாகத் தீர்மானித்துக் கொள்ள வேண்டும்.

உங்களுக்கு மிகச் சாதகமான நிலையிலிருந்து துவக்குங்கள்

உங்களுடைய பேரப்பேச்சை எதிலிருந்து தொடங்க வேண்டும்? உங்களுக்கு மிகச் சாதகமான நிலையிலிருந்து துவக்குங்கள். பின்னர், நீங்கள் வாங்குகிறீர்களா அல்லது விற்கிறீர்களா என்பதைப் பொறுத்து, அதைச் சிறிது கூட்டியோ அல்லது குறைத்தோ கொள்ளுங்கள். இறுதியாக, நீங்கள் யோசித்து வைத்துள்ள அடிமட்ட நிலைக்கு வாருங்கள்.

ஊழியர்களுக்கான சம்பள உயர்வு குறித்தப் பேச்சுவார்த்தைகள் நடைபெறுகின்றபோது இந்த உத்தி கடைபிடிக்கப்படும். ஊழியர்களுக்கான தொழிற்சங்கங்கள் ஊதிய உயர்வுக் கோரிக்கையை முன்வைக்கின்றபோது, தற்போது கிடைத்துக் கொண்டிருக்கின்ற ஊதியத்தில் 50 சதவீத உயர்வு வேண்டும் என்று தொடங்குவர். அதோடு, ஓய்வூதியம், மருத்துவக் காப்பீடு போன்றவற்றிலும் மேம்பாடு வேண்டும் என்று அவர்கள் கேட்பர். இதைத் தங்களுடைய குறைந்தபட்சக் கோரிக்கையாக அவர்கள் முன்வைப்பர்.

இரண்டாண்டு காலப் போராட்டத்திற்குப் பிறகு,

இறுதியில், ஊழியர் சங்கத்தினர் 5 சதவீத உயர்வுக்கு ஒப்புக் கொள்வர். ஓய்வூதியம், மருத்துவக் காப்பீடு போன்றவற்றில் எந்த உயர்வும் கிடைத்திருக்காது. ஆனாலும், தாங்கள் வீரதீரத்துடன் பேரம் பேசி, வரலாறு காணாத உடன்படிக்கை ஒன்றைப் போட்டுவிட்டதாக அவர்கள் தங்கள் ஊழியர்களிடம் மார்தட்டுவர்.

ஒரு பேரப்பேச்சின்போது, உச்சபட்சமாக உங்களுக்கு என்ன வேண்டும், குறைந்தபட்சமாக நீங்கள் எதை ஏற்றுக் கொள்ளத் தயாராக இருப்பீர்கள் என்பதை முதலிலேயே தெளிவாகத் தீர்மானித்துக் கொள்ளுங்கள். பின்னர், பேரப்பேச்சின் போக்கைப் பொறுத்து, கூட்டியோ குறைத்தோ, நீங்கள் ஏற்கனவே தீர்மானித்து வைத்துள்ள மூன்றில் ஒன்றை ஏற்றுக் கொள்ளுங்கள்.

அத்தியாயம் பதினொன்று

ஹார்வர்டு பல்கலைக்கழகத்தின் பேரப்பேச்சு ஆய்வு

ஹார்வர்டு பல்கலைக்கழகப் பேராசிரியர்களும் அவர்களுடைய குழுவினரும், தொழிலிலும், தேசிய மற்றும் சர்வதேச அரசியலிலும் மேற்கொள்ளப்பட்டிருந்த ஆயிரக்கணக்கான சிறிய மற்றும் பெரிய பேரப்பேச்சுகளை ஆய்வு செய்தனர். அதன் முடிவில், வெற்றிகரமான பேரப்பேச்சுக்கான நான்கு முக்கியக் கூறுகளை அவர்கள் அடையாளம் கண்டனர். (இந்த மொத்தத் திட்டமும் 'கெட்டிங் டு எஸ்' என்ற நூலில் முழுமையாக விவரிக்கப்பட்டுள்ளது.) அவற்றை இப்போது பார்க்கலாம்.

1. மக்கள்

ஒரு பேரப்பேச்சின் வெற்றிக்கு, கையிலுள்ள பிரச்சனையையும் அதில் ஈடுபட்டுள்ள நபர்களின் ஆளுமைகளையும் வேறுபடுத்திப் பார்ப்பது இன்றியமையாதது. இதில் நீங்கள் உணர்ச்சிவசப்படாமல் நடந்து கொள்ள வேண்டும். பேரம் பேசப்படுகின்ற விஷயத்தின்மீது நீங்கள் உங்களுடைய கவனத்தைக் குவிக்க வேண்டும். அதில் ஈடுபட்டுள்ள ஆளுமைகளின் நேர்மறையான அல்லது எதிர்மறையான குணாதிசயங்களால் உங்களுடைய கவனம் சிதறாமல் பார்த்துக் கொள்ள வேண்டும்.

2. ஈடுபட்டுள்ளவர்களின் தேவைகள்

பேரப்பேச்சில் ஈடுபட்டுள்ளவர்களின் தேவைகள் என்ன என்பதைத் தெளிவாக அடையாளம் காண்பதோடு நீங்கள் அந்தப் பேரப்பேச்சைத் தொடங்க வேண்டும். உங்களுடைய விருப்பங்கள் என்ன என்பது குறித்தப் பட்டியலை நீங்கள் தயாரிப்பதற்கு முன்பாக, அந்தப் பேரத்திலிருந்து நீங்கள் என்னென்ன பெற விரும்புகிறீர்கள் என்ற பட்டியலைத் தயார் செய்யுங்கள். பின் உங்களுடைய அந்த இலக்குகளை அடைவதற்கு நீங்கள் என்னென்ன செய்ய வேண்டும் என்பதைத் தீர்மானியுங்கள்.

அதேபோல, பேரப்பேச்சில் அமர்வதற்கு முன்பாகவே, இந்தப் பேரத்திலிருந்து மறுதரப்பு எவற்றைப் பெற விரும்புகின்றது என்பது குறித்தத் தெளிவை உருவாக்கிக் கொள்வதற்கு நீங்கள் போதுமான நேரத்தைச் செலவிட வேண்டும். அவர்களிடம் இப்படிக் கேளுங்கள்: “நம்முடைய பேரப்பேச்சு கச்சிதமாக நடைபெற்றால், இதில் இறுதியில் நீங்கள் என்ன சாதிப்பீர்கள் என்று நீங்கள் நினைக்கிறீர்கள்?”

3. விருப்பத்தேர்வுகள்

ஒரு பேரப்பேச்சிலுள்ள பல அம்சங்கள் குறித்த விவாதங்களுக்குள் செல்வதற்கு முன்பாக, நீங்கள் முரண்படுகின்ற விஷயங்களில் உங்களுக்கு இருக்கின்ற பலவிதமான விருப்பத்தேர்வுகளைக் கண்டறியுங்கள். பல சாத்தியக்கூறுகளை உருவாக்குங்கள். மூளையைக் கசக்கிப் புதிய வழிகளைக் கண்டறிகின்ற அணுகுமுறைகளைப் பயன்படுத்திக் கொள்ளுங்கள். வெள்ளைப் பலகை, பெரிய அட்டைகள் போன்ற பொருட்களையும், மன வரைபடம் தயாரித்தல் போன்ற உத்திகளையும் பயன்படுத்திக் கொள்ளுங்கள்.

4. அளவுகோல்கள்

இவை 'வரம்புநிலை நிபந்தனைகள்' என்றும் அழைக்கப்படுகின்றன. பேரப்பேச்சில் ஈடுபடுவதற்கு முன்பாக, விளைவுகளை எந்த அளவுகோலை வைத்து அளப்பீர்கள் என்பது குறித்த ஓர் உடன்பாட்டிற்கு இரு தரப்பினரும் வாருங்கள். இரு தரப்புக்கும் ஏற்ற ஒரு நல்ல தீர்வை நீங்கள் கண்டறிந்துவிட்டீர்கள் என்பதை அளவிடுவது எப்படி? நீங்கள் எதைப் பாதுகாக்க, சாதிக்க அல்லது தவிர்க்க விரும்புகிறீர்கள்?

ஒரு பேரப்பேச்சில் ஈடுபட்டிருக்கின்ற இரு தரப்பினரும் மகிழ்ச்சியடைவதற்கு நீங்கள் எதைச் செய்ய வேண்டும் என்பது குறித்து நீங்கள் இருவரும் ஒரு தெளிவான முடிவுக்கு வந்த பிறகு, உங்கள் முன் இருக்கின்ற பல விருப்பத்தேர்வுகளை, நீங்கள் பெற விரும்புகின்ற இறுதி விளைவோடு ஒப்பிடுங்கள். "இது இந்த விளைவை ஏற்படுத்தும். இது இந்த விஷயத்தைத் திருப்திப்படுத்தும். இது இந்த இலக்கை அடைய உதவும்," என்று நீங்கள் கூறலாம். வேறு விதமாகக் கூற வேண்டுமென்றால், நீங்கள் மறுதரப்பிடம், "இந்தப் பேரம் இப்படி முடிவடைந்தால், இது உங்களுக்கு இந்த

விளைவுகளை ஏற்படுத்தும், எனக்கு இந்த விளைவுகளை உண்டாக்கும்," என்று கூறலாம்.

இறுதியாக, நீங்கள் ஏற்கனவே உருவாக்கி ஒப்புக் கொண்டுள்ள அளவுகோல்களின் அடிப்படையில் பேரப்பேச்சில் ஈடுபட்டுள்ள இருவருடைய தேவைகளையும் பூர்த்தி செய்கின்ற பல்வேறு வழிமுறைகளைப் பற்றி விரிவாக விவாதியுங்கள்.

பேரப்பேச்சில் ஈடுபட்டிருப்பவர்கள் எதிர்த்தரப்பினரின் ஆளுமையில் கவனத்தைக் குவிப்பதற்குப் பதிலாக, தங்களுடைய நோக்கத்தில் கவனம் செலுத்துவதற்கு உதவுகின்ற ஓர் ஆற்றல்மிக்கச் செயல்முறை இது.

அத்தியாயம் பன்னிரண்டு

முன்தயாரிப்பே முக்கியம்

முன்தயாரிப்பே ஒரு தொழில்முறையாளருக்கான முத்திரை. ஒரு பேரப்பேச்சின் வெற்றியின் 80 சதவீதம், அந்தப் பேச்சுத் தொடங்குவதற்கு முன்பாக நீங்கள் மேற்கொள்கின்ற முழுமையான முன்தயாரிப்பை அடிப்படையாகக் கொண்டுள்ளது.

பேரப்பேச்சு எதைப் பற்றியதோ அதிலிருந்து தொடங்குங்கள்: நீங்கள் எதைப் பற்றிப் பேசப் போகிறீர்கள்? இந்தப் பேரப்பேச்சின் நோக்கம் என்ன? இந்தப் பேரப்பேச்சில் இருக்கின்ற பிரச்சனைகள் எவை என்பதையும், இந்தப் பேரப்பேச்சின் மூலம் நீங்கள் எதைச் சாதிக்கப் போகிறீர்கள் என்பதையும் தெளிவாக வரையறுத்துக் கொள்ளுங்கள்.

இந்தப் பேரப்பேச்சின் இலக்கு என்ன? இந்தப் பேச்சுவார்த்தைக்குள் செல்வதன் மூலம் நீங்கள் எதைச் சாதிக்க விரும்புகிறீர்கள்? உங்களுக்கு உங்களுடைய இலக்கு குறித்து எந்த அளவுக்குத் தெளிவு இருக்கிறதோ

அந்த அளவுக்கு விரைவாக உங்களால் அவற்றை அடைய முடியும், அவ்வளவு எளிதாக உங்களால் அதை மறுதரப்பிற்குக் கடத்த முடியும்.

பல விருப்பத்தேர்வுகளைக் கொண்டிருப்பது என்பது சுதந்திரத்தைக் கொண்டிருப்பது என்று பொருள்

பல விருப்பத்தேர்வுகளைக் கொண்டிருப்பது பேரப்பேச்சின்போது நீங்கள் சிறந்த அனுகூலங்களைப் பெறுவதற்கு வெகுவாக உதவும். தேர்ந்தெடுப்பதற்கு உங்களுக்கு எவ்வளவு அதிகமான மாற்றுகள் இருக்கின்றனவோ, சிறந்த தீர்மானத்தை வந்தடைவதற்கு உங்களுக்கு அவ்வளவு சுதந்திரம் கிடைக்கும்.

ஒரு பேரப்பேச்சு நிகழ்வதற்கு முன்பே, தேர்ந்தெடுப்பதற்கு நீங்கள் பல சாத்தியக்கூறுகளை உருவாக்கிக் கொள்ளாவிட்டால், எதிர்த்தரப்பினர் என்ன சொல்கிறார்களோ, அதைத் தவிர வேறு எதையும் தேர்ந்தெடுப்பதற்கு உங்களுக்கு வழியில்லாமல் போய்விடும். உங்களுடைய கைகள் கட்டப்பட்டிருக்கும். உங்களிடம் பல சாத்தியக்கூறுகள் இருந்தால், பயணிப்பதற்குப் பல பாதைகள் இருந்தால், நீங்கள் வலுவானவராகவும் சக்தி படைத்தவராகவும் இருப்பீர்கள், பேரத்தில் உங்கள் கை ஓங்கியிருக்கும். அதனால், உங்களால் எந்த அளவுக்கு முடியுமோ அந்த அளவுக்கு அதிகமான சாத்தியக்கூறுகளை உருவாக்கிக் கொள்ளுங்கள். அவற்றை எழுத்தில் வடித்துக் கொள்ளுங்கள்.

கூடுதல் விருப்பத்தேர்வுகளைத் தொடர்ந்து உருவாக்கிக் கொண்டேயிருங்கள்

நீங்கள் பேரப்பேச்சில் ஈடுபட்டிருக்கின்ற பொருள் குறித்துத் தொடர்ந்து அலசி ஆராய்ந்து கூடுதல்

விருப்பத்தேர்வுகளை உருவாக்கிக் கொண்டேயிருங்கள். அதன் விலை என்னவாக இருக்கும், அதை எந்த நாளில், எந்த நேரத்தில் பெற வேண்டும், அல்லது கொடுக்க வேண்டும் ஆகியவற்றைக் கண்டறியுங்கள். கூடுதல் விருப்பத்தேர்வுகளுடன் நீங்கள் ஒரு பேரப்பேச்சிற்குள் செல்கின்றபோது, நீங்கள் கூடுதல் அமைதியுடனும் ஆசுவாசத்துடனும் இருப்பீர்கள். பேரப்பேச்சின்போது உங்கள் கை ஓங்கியிருப்பதற்கு அது வழிவகுக்கும். உங்கள் முன்னால் பல விருப்பத்தேர்வுகள் இருக்கின்றபோது, எதிர்த்தரப்பில் இருப்பவர் முன்வைக்கின்ற நிபந்தனைகளை நீங்கள் ஏற்றுக் கொள்வதற்கோ அல்லது நிராகரிப்பதற்கோ உங்களுக்கு முழுச் சுதந்திரம் இருக்கும். இதன் விளைவாக, அந்தப் பேரப்பேச்சின் முடிவு உங்களுக்குச் சாதகமாகவே அமையும்.

உங்களால் முடிந்த அனைத்தையும் கற்றுக் கொள்ளுங்கள்

நீங்கள் யாருடன் பேரப்பேச்சில் ஈடுபடப் போகிறீர்களோ அவர்கள் குறித்து உங்களால் முடிந்த அளவு தகவல்களைத் திரட்டுவது முன்தயாரிப்பின் ஒரு முக்கியமான பகுதி. இன்று அதற்கு இணையம் வெகுவாக உதவும். குறிப்பாக, கூகுள் பெரிதும் உதவும். ஒரு சில சொடுக்குகளின் மூலம் உங்களால் எந்த அளவுக்கு இணையத்திலிருந்து தகவல்களைத் திரட்ட முடியும் என்பது பிரமிக்க வைக்கின்ற ஒன்று.

சில நேரங்களில், நீங்கள் யாருடன் பேரம் பேச முனைகிறீர்களோ, அவர்களிடம் ஏற்கனவே பேரம் பேசியிருக்கின்றவர்களை அல்லது வர்த்தகத்தில் ஈடுபட்டுள்ளவர்களை உங்களுக்குத் தெரிந்திருக்க வாய்ப்பிருக்கும். அவர்களைத் தொடர்பு கொண்டு, உங்களுடைய சூழலை அவர்களிடம் எடுத்துரைத்து, அவர்களின் அறிவுரையை நீங்கள் நாடலாம். பல சமயங்களில் அவர்களிடமிருந்து நீங்கள் பெறுகின்ற சிறிய

அறிவுரை அல்லது யோசனை, பேரப்பேச்சின்போது உங்களுக்குச் சாதகமான விளைவைப் பெற்றுத் தருவதற்கு இட்டுச் செல்லக்கூடும்.

ஒரு சில தொலைபேசி அழைப்புகள் விடுங்கள்

ஒரு தொழிலதிபராக இருந்த என் நண்பர் ஒருவர், ஒரு தொழிற்சாலையை வாங்குவது குறித்து யோசித்துக் கொண்டிருந்தார். அவர் குறி வைத்திருந்த நிறுவனம் உற்பத்தி செய்து கொண்டிருந்த பொருட்கள் அவருடைய தொழிலோடு கச்சிதமாகப் பொருந்தக்கூடியவையாக இருந்தன. அந்த நிறுவனத்தின் முதலாளி, அதை விற்பதற்குப் பல மில்லியன் டாலர்களைக் கேட்டார். அதோடு, அவர் சில கடுமையான நிபந்தனைகளையும் விதித்தார்.

என் நண்பர் தன் வங்கியாளரைத் தொடர்பு கொண்டு, தான் வாங்க உத்தேசித்திருந்த நிறுவன முதலாளியின் வங்கியில் யாரையாவது அவருக்குத் தெரியுமா என்று கேட்டார். அப்படித் தெரிந்திருக்கும் பட்சத்தில் அந்த நிறுவனத்தைப் பற்றிய விபரங்களைக் கேட்டறியுமாறு அவர் வேண்டுகோள் விடுத்தார். பொதுவாகவே வங்கியாளர்களுக்கு ஒருவரையொருவர் நன்றாகத் தெரியும் என்பதால், என் நண்பரின் வங்கியாளர், என் நண்பர் வாங்க நினைத்திருந்த நிறுவனத்தின் வங்கியாளரைத் தொடர்பு கொண்டார். அவருடைய விசாரிப்பின்போது, அந்த நிறுவனம் கடும் நிதி நெருக்கடியில் இருந்தது தெரிய வந்தது. அடுத்தச் சில நாட்களுக்குள் அந்த நிறுவனம் விற்பனை அல்லது வேறு வழிகளில் நிதியைத் திரட்டாவிட்டால், அந்த நிறுவனத்தின் வங்கி அதை இழுத்து மூடிவிடும்.

இந்தத் தகவலுடன் பேரப்பேச்சுக்குச் சென்ற என் நண்பர், தனக்கு மிகவும் சாதகமான விதத்தில் அவருடன் பேச்சுவார்த்தை நடத்தி அந்த நிறுவனத்தை அடிமாட்டு விலைக்கு வாங்கிக் கொண்டார்.

அவர் அந்த நிறுவனத்திற்கு ரொக்கமாக எந்தப் பணமும் கொடுக்காமல், அந்த நிறுவனத்தின் கடன் முழுவதையும் ஏற்றுக் கொண்டு, அதன் முதலாளிக்குப் பல தவணைகளில் பணம் கொடுப்பதற்கு ஓர் ஒப்பந்தம் செய்து கொண்டார்.

அனுமானங்களைக் கேள்விக்கு உட்படுத்துங்கள்

"ஒவ்வொரு தோல்விக்குப் பின்னாலும் ஒரு தவறான அனுமானம் கால் மேல் கால் போட்டு அமர்ந்திருக்கிறது," என்று பீட்டர் டிரக்கர் கூறியுள்ளார்.

ஒரு பேரப்பேச்சில் உடன்பாடுகள் ஏற்படாமல் போவதற்குத் தவறான அனுமானங்கள்தாம் முக்கியக் காரணங்களாக இருக்கின்றன. ஒரு பேரப்பேச்சின்போது, ஏகப்பட்ட நேரம் தவறான அனுமானங்களைக் களைந்தெறிவதற்காக வீணாகச் செலவிடப்படுகிறது.

நீங்கள் ஒரு பேரப்பேச்சைத் துவக்குவதற்கு முன்பாக, உங்களிடம், "இதில் என்னுடைய அனுமானங்கள் என்னென்ன?" என்ற கேள்வியைக் கேளுங்கள். இன்னும் குறிப்பாக இந்தக் கேள்விகளைக் கேளுங்கள்: உங்களுடைய வெளிப்படையான அனுமானங்கள் என்ன? உங்களுடைய மறைமுகமான அனுமானங்கள் என்ன? உங்களுடன் பேரப்பேச்சில் ஈடுபட்டிருப்பவர் கொண்டிருக்கின்ற வெளிப்படையான, மறைமுகமான அனுமானங்கள் என்னென்ன? அந்த நபர், இறுதியில் நீங்கள் அவருடன் ஓர் உடன்பாட்டிற்கு வருவீர்கள் என்று நினைத்துக் கொண்டிருக்கிறாரா? நீங்கள் தோழமையானவர் என்று அவர் நினைத்துக் கொண்டிருக்கிறாரா, அல்லது நீங்கள் விட்டேத்தியானவர் அல்லது விரோத மனப்போக்குள்ளவர் என்று நினைத்துக் கொண்டிருக்கிறாரா? அவர் உங்களை நல்லவர் என்று கருதிக் கொண்டிருக்கிறாரா அல்லது கையாள்வதற்குக் கடினமானவர் என்று நினைத்துக் கொண்டிருக்கிறாரா?

உங்களுடைய அனுமானங்களைச் சோதித்துக் கொள்ளுங்கள்

எல்லாவற்றுக்கும் மேலாக, உங்களுடைய அனுமானங்கள் தவறாக இருக்கக்கூடுமோ? அப்படி அவை தவறாக இருந்தால்? நீங்கள் ஒரு பேரப்பேச்சிற்குள் செல்கின்றபோது, அது தொடர்பாக நீங்கள் கொண்டிருக்கின்ற ஒரு முக்கியமான அனுமானம் தவறாக இருந்தால், உங்களுடைய நிலைப்பாட்டை நீங்கள் எப்படி மாற்றிக் கொள்ள வேண்டும்?

நாம் ஒரு பேரப்பேச்சில் ஈடுபடுகின்றபோது, இது ஓர் ஒப்பந்தத்தில் முடிய வேண்டும் என்று எதிர்த்தரப்பு நபர் விரும்புகிறார் என்ற அனுமானத்துடன் நாம் அதற்குள் நுழைகிறோம். சில நேரங்களில் அது உண்மையாக இருக்க வேண்டிய அவசியமில்லை. அவர் உண்மையில் உடன்பாடு செய்து கொள்ள விரும்புகின்ற ஒரு நபருடன் ஒரு மேம்பட்ட நிலையிலிருந்து பேரம் பேசுவதற்காகக்கூட அவர் உங்களுடன் பேரப்பேச்சில் ஈடுபட்டிருக்கலாம். அவர் விற்க அல்லது வாங்க விரும்புகின்ற ஒரு பொருளின் உண்மையான விலையைத் தெரிந்து கொள்வதற்காக அவர் உங்களுடன் பேரப்பேச்சில் ஈடுபட்டிருக்கலாம். பின்னர் அதன் அடிப்படையில் அவர் தான் ஒப்பந்தம் செய்து கொள்கின்ற நபருடன் ஒப்பந்தம் போட்டுக் கொள்ள முடிவெடுக்கலாம்.

அதனால், நீங்கள் ஒரு பேரப்பேச்சைத் துவக்குவதற்கு முன்பாக, எதிர்த்தரப்பு நபர் குறித்து நீங்கள் கொண்டுள்ள அனுமானங்களையும், அவர் உங்களைப் பற்றிக் கொண்டுள்ள அனுமானங்களையும் தெளிவுபடுத்திக் கொள்ள என்ன செய்யலாம் என்று நீங்கள் யோசிக்க வேண்டும்.

முக்கியப் பிரச்சனைகளை அடையாளம் காணுங்கள்

இறுதியாக, பேரப்பேச்சைத் தொடங்குவதற்கு முன்பாக இந்தக் கேள்வியைக் கேளுங்கள்: இதிலுள்ள முக்கியப் பிரச்சனைகள் என்னென்ன? பேரப்பேச்சில் ஈடுபட்டிருக்கின்ற என்னுடைய விருப்பங்களும் அவருடைய விருப்பங்களும் எந்தெந்த விஷயங்களிலெல்லாம் வேறுபடுகின்றன? எந்தெந்த இடங்களில் நாங்கள் முரண்படுகிறோம்? நாங்கள் பேசித் தீர்த்துக் கொள்ள வேண்டிய விபரங்கள் என்ன?

ஒரு பேரப்பேச்சின் முன்தயாரிப்புகளை நீங்கள் எவ்வளவு கவனமாக மேற்கொள்கிறீர்களோ, அந்தப் பேரப்பேச்சிற்குள் உங்களால் அவ்வளவு வலுவாக இறங்க முடியும். பேரப்பேச்சின் முடிவுகளும் அந்த அளவுக்கு உங்களுக்குச் சாதகமாக இருக்கும். முன்தயாரிப்புக்கு விரிவான அலசல்கள் இன்றியமையாதவை. சரியான தகவல்களைப் பெறுங்கள். அனுமானங்களின் அடிப்படையிலான தகவல்களை அல்ல. அறிவே சக்தி.

அத்தியாயம் பதின்மூன்று

உங்களுடைய நிலையையும் எதிர்த்தரப்பின் நிலையையும் தெளிவுபடுத்திக் கொள்ளுங்கள்

ஒரு பேரப்பேச்சைப் பொறுத்தவரை, உங்களுடைய நிலைப்பாடுதான் தொடக்கப் புள்ளி. நீங்கள் எங்கிருந்து வருகிறீர்கள், எங்குச் சென்று கொண்டிருக்கிறீர்கள், எவ்வளவு குறைவாக அல்லது அதிகமாக உங்களால் ஒப்புக் கொள்ள முடியும் அல்லது ஒப்புக் கொள்ள நீங்கள் தயாராக இருக்கிறீர்கள் போன்றவை அவற்றில் அடங்கும். பதினொன்றாம் அத்தியாயத்தில் நாம் பார்த்த ‘வரம்புநிலை நிபந்தனைகள்’ இவை. இவைதாம் ஒரு பேரப்பேச்சின்போது களையப்பட்டாக வேண்டிய பிரச்சனைகள், இடர்ப்பாடுகள் மற்றும் காரணிகளாகும்.

பேரப்பேச்சின் மிகச் சிறந்த மற்றும் மிக மோசமான

விளைவுகள் உங்களுடைய நிலைப்பாட்டில் அடங்கும். ஓர் ஒப்பந்தத்தை அடைவதற்கு நீங்கள் கொடுப்பதற்கு அல்லது வாங்குவதற்குத் தயாராகவுள்ள உச்சபட்ச மற்றும் குறைந்தபட்ச விலையும் உங்களுடைய நிபந்தனைகளும் இதில் அடங்கும்.

தெளிவே அனைத்தும்

ஒரு வெற்றிகரமான உடன்பாட்டை வந்தடைவதற்கு நீங்கள் கொண்டுள்ள அடிப்படை நிபந்தனைகள் என்னென்ன? இதை உருப்படியான ஒன்றாக ஆக்குவதற்கு நீங்கள் இதிலிருந்து எதைப் பெற்றாக வேண்டும்? என்ன நடந்தாலும் இதில் நீங்கள் எதை ஒருக்காலும் விட்டுக்கொடுக்கக்கூடாது? அடிப்படை நிபந்தனைகள் ஏற்றுக் கொள்ளப்படும் பட்சத்தில் நீங்கள் எதை விட்டுக்கொடுக்கத் தயாராக இருக்கிறீர்கள்?

நீங்கள் எத்தகைய கூடுதல் சலுகைகளை அளிக்க அல்லது பெறத் தயாராக இருக்கிறீர்கள்? எந்தவொரு பேரப்பேச்சிலும், பதிலுக்கு ஒரு சலுகையைப் பெறாமல் ஒருக்காலும் நீங்கள் ஒரு சலுகையை அளிக்கக்கூடாது. பதிலுக்கு ஒரு சலுகையைப் பெற முயற்சிக்காமல் எதிர்த்தரப்புக்கு ஒரு சலுகையை அளிக்க நீங்கள் முன்வந்தால், அதை அவர் உங்களுடைய பலவீனமாகப் பார்ப்பார். மேலும் பல சலுகைகளை உங்களிடமிருந்து பெற அவர் முனைவார்.

நீங்கள் எதைக் கையாண்டு கொண்டிருக்கிறீர்கள் என்பதை அறிந்து கொள்ளுங்கள்

இந்தப் பேரப்பேச்சிலிருந்து எதிர்த்தரப்பு நபர் பெற விரும்புகின்ற அடிப்படை அம்சங்கள் என்னென்ன? எதிர்த்தரப்பு நபர் உங்களிடமிருந்து குறைந்தபட்சமாக

எதை, அதிகபட்சமாக எதைப் பெற விரும்புகிறார் என்பதைத் தெரிந்து கொள்ள உங்களால் முடிந்த அனைத்தையும் செய்யுங்கள். இந்தப் பேரப்பேச்சின் மூலம் அவர் கண்டிப்பாகப் பெற விரும்புவது என்ன?

சில காலத்திற்கு முன்னால், ஓர் அலுவலக இடத்தை வாடகைக்கு எடுப்பதற்காக ஒரு பேரப்பேச்சில் நான் ஈடுபட்டிருந்தேன். பேரப்பேச்சிற்கு முன்பாக நான் செய்த ஆய்வுகளின் விளைவாக, அந்த இடத்தின் சொந்தக்காரர், ஒரு சில நிபந்தனைகள் பூர்த்தியானால்தான் அந்த இடத்தை வாடகைக்கு விட ஒப்புக் கொள்வார் என்பதை நான் அறிந்து கொண்டேன். அவர் ஒரு குறிப்பிட்டத் தொகையைப் பெறாவிட்டால், அவர் அடமானம் வைத்திருந்த நிறுவனம் அவர் மேற்கொள்ளவிருந்த ஒப்பந்தத்திற்குத் தன் ஒப்புதலைக் கொடுக்காது. இந்தத் தகவலின் அடிப்படையில், அந்த இடத்தின் சொந்தக்காரரின் அடிப்படை நிபந்தனைகள் எந்த அளவுக்கு இருக்கும் என்பதை நான் புரிந்து கொண்டேன்.

ஒரு கட்டடத்தின் சொந்தக்காரரால், ஒரு வாடகை ஒப்பந்தத்திலுள்ள பல அம்சங்கள் குறித்துப் பேரம் பேச முடியும். ஆனால், வாடகைத் தொகை மட்டும், அந்தக் கட்டடம் யாரிடம் அடமானம் வைக்கப்பட்டுள்ளதோ அவரால்தான் தீர்மானிக்கப்படும். கார் நிறுத்துகின்ற வசதி போன்ற விஷயங்கள் குறித்து அந்தக் கட்டடத்தின் சொந்தக்காரருடன் என்னால் பேசி முடித்துக் கொள்ள முடியும். ஆனால், வாடகைத் தொகை ஒரு குறிப்பிட்ட அளவைவிடக் குறைவாக இருக்க முடியாது. இல்லையெனில், அந்த ஒப்பந்தம் சாத்தியப்படாது.

அந்தக் கட்டட உரிமையாளருக்குச் சில நிதி நெருக்கடிகள் இருந்தன என்பதையும் நான் அறிந்து வைத்திருந்தேன். அவர் அந்தக் கட்டடத்தைத் தக்கவைத்துக் கொள்ள வேண்டுமென்றால், ஒரு குறுகிய காலகட்டத்திற்குள், அந்தக் கட்டடத்தில் இருந்த அலுவலகங்களில் 80 சதவீத அலுவலகங்களையாவது

வாடகைக்கு விட்டாக வேண்டிய கட்டாயத்தில் அவர் இருந்தார். அந்தக் கட்டட உரிமையாளரின் அடிப்படைத் தேவைகளை நான் தெரிந்து வைத்திருந்ததால், என் அலுவலக ஊழியர்களுக்குக் கார் நிறுத்தும் வசதி உட்பட வேறு சில விஷயங்களை எனக்குச் சாதகமான முறையில் என்னால் ஒப்பந்தம் செய்து கொள்ள முடிந்தது.

சூழலைத் தலைகீழாக மாற்றுதல்

ஒரு பேரப்பேச்சின் விளைவுகளை உங்களுக்குச் சாதகமாக ஆக்கிக் கொள்வதற்கு, உங்களுடைய பக்கமிருந்து பார்ப்பதற்குப் பதிலாக, எதிர்த்தரப்பின் பக்கமிருந்து விஷயங்களைப் பார்ப்பது நல்ல பலனளிக்கும்.

சட்டக் கல்லூரியில் படிக்கும் மாணவர்களிடம் வழக்குகள் ஒப்படைக்கப்பட்டு, அவற்றை அவர்கள் எதிர்த்தரப்பிலிருந்து வாதிட்டால் எப்படி வாதிடுவார்கள் என்று ஆராயும்படி அவர்கள் கேட்டுக் கொள்ளப்படுவார்கள். அவர்கள் அதைச் செய்து முடித்தப் பிறகுதான், தங்கள் பக்கமிருந்து வாதிடுவதற்கான விஷயங்களை அவர் சேகரிப்பார்.

இப்பயிற்சி, ஒரு சட்டக் கல்லூரி மாணவருக்கு, எதிர்க்கட்சிக்காரரின் பலம் மற்றும் பலவீனங்களை நேர்மையாக அவதானிப்பதற்கு உதவும். நீங்கள் ஒரு பேரப்பேச்சில் ஈடுபடுகின்றபோது, இதே உத்தியைப் பயன்படுத்தி, இதுபோல எதிர்த்தரப்பில் இருப்பவரின் பலம் மற்றும் பலவீனங்களை அவருடைய கண்ணோட்டத்திலிருந்து பார்க்க முயல்வது, அவருடன் நீங்கள் வாதிடுகின்றபோது உங்களுக்கு மிகவும் கை கொடுக்கும்.

பேரப்பேச்சை நீங்கள் துவக்குவதற்கு முன்பு சூழ்நிலையைத் தலைகீழாகப் பார்க்க முயலுங்கள். உங்களுடைய எதிர்த்தரப்பில் இருப்பவரின் இடத்தில்

உங்களை வைத்துக் கொள்ளுங்கள். நீங்கள் அந்த நபராக இருக்கும் பட்சத்தில், இந்தப் பேரப்பேச்சிலிருந்து நீங்கள் என்ன எதிர்பார்ப்பீர்கள் என்று கற்பனை செய்யுங்கள். நீங்கள் அந்த நபராக இருந்தால் நீங்கள் என்ன கேட்பீர்கள்? உங்களுடைய பலம் என்னவாக இருக்கும்? பலவீனம் என்னவாக இருக்கும்? எது முக்கியமானதாக இருக்கும்? எது முக்கியமற்றதாக இருக்கும்?

ஒரு வாடகை ஒப்பந்தத்திலிருந்து கற்றுக் கொண்ட படிப்பினைகள்

நான் ஒரு முறை என்னுடைய அலுவலகம் ஒன்றிற்காக வாடகை ஒப்பந்தம் ஒன்றைப் போட வேண்டியிருந்தது. ஆனால், அந்தக் கட்டட உரிமையாளர், கையாள்வதற்கு மிகவும் கடினமானவராக இருந்தார். அவர் பல நிபந்தனைகளை விதித்தார்.

நான் அந்த இடத்தில் தொடர்ந்து இருக்க விரும்பினாலும், அந்தக் கட்டட உரிமையாளர் விரும்பிய ஐந்தாண்டு கால வாடகை ஒப்பந்தத்திற்கு நான் தயாராக இருக்கவில்லை. ஏனெனில், ஒரு பெரிய இடத்திற்கு இடம்பெயரவோ அல்லது என்னுடைய அலுவலகத்தைச் சிறியதாக்கிக் கொள்ளவோ வழி இருக்கின்ற அதே நேரத்தில், ஒரு சிறிய இடத்திற்கு மாறவும் எனக்கு இடமளிக்கின்ற நெகிழ்வுத்தன்மையுடன் அந்த ஒப்பந்தம் இருக்க வேண்டும் என்று நான் விரும்பினேன்.

அதனால், நான் அந்தக் கட்டட உரிமையாளருடன் பேசுவதற்கு முன்பாக, அவர் என்னிடம் கேட்கக்கூடும் என்று நான் கருதிய அனைத்துக் கேள்விகளையும் நான் ஒரு காகிதத்தில் எழுதினேன். என்னுடைய பட்டியலில் இருபது விஷயங்கள் இடம்பெற்றிருந்தன. பின் நான் அவரிடம் கேட்க உத்தேசித்திருந்த கேள்விகளை நான் இன்னொரு காகிதத்தில் எழுதினேன்.

அப்படி முன்கூட்டியே யோசித்து எழுதி வைத்ததன் மூலம், அந்தப் பேரப்பேச்சில் நான் எந்த அளவுக்குப் பயனடைந்தேன் என்பதை இன்று நினைத்துப் பார்த்தால்கூட மிகவும் பிரமிப்பாக இருக்கிறது. அந்தப் பேரப்பேச்சு குறித்துப் பல மணி நேரம் விவாதிப்பதற்குப் பதிலாக, அனைத்து விஷயங்களையும் ஓர் அரை மணி நேரத்திற்குள் நாங்கள் பேசி முடித்துவிட்டோம்.

முன்கூட்டியே யோசித்து வையுங்கள்

நான் இந்த உத்தியைப் பயன்படுத்தியிருந்த ஒவ்வொரு பேரப்பேச்சிலும் விளைவுகள் ஒரே மாதிரியாகத்தான் இருந்தன. அவை அனைத்திலும் நான் மிக நல்ல அறுவடையை மேற்கொண்டிருந்தேன். எந்தவொரு பேரப்பேச்சிலும், ஒவ்வொரு தரப்பிற்கும் சில இலக்குகள் மிக முக்கியமானவையாக இருக்கும். சில ஓரளவுக்கு முக்கியமானவையாகவும், சில மிகக் குறைந்த அளவு முக்கியமானவையாகவும் இருக்கும். இரு தரப்பும், குறைந்த அளவு முக்கியத்துவம் வாய்ந்தவை என்று கருதுகின்ற இலக்குகளை விட்டுக்கொடுத்துவிட்டு, மிக முக்கியமானவை என்று கருதுகின்ற இலக்குகளை அடைகின்றபோது, அந்தப் பேரப்பேச்சு வெற்றி பெற்றுவிட்டதாக இருவருமே கருதுகின்றனர். அதிக முக்கியத்துவம் வாய்ந்த இலக்குகளையும் குறைந்த முக்கியத்துவம் வாய்ந்த இலக்குகளையும் நீங்கள் எழுதி வைத்துக் கொள்கின்றபோது, அவை குறித்தத் தெளிவு உங்களுக்குக் கிடைக்கும். அதன் காரணமாக, உங்களால் சிறப்பாகச் செயல்பட்டு மிகச் சிறந்த விளைவுகளைப் பெற முடியும்.

அனைவருக்கும் கச்சிதமான விளைவு

சில ஆண்டுகளுக்கு முன்பு, எனக்குப் பல இலட்சக்கணக்கான டாலர்களைக் கொண்டுவரக்கூடிய

ஒப்பந்தம் குறித்த ஒரு பேரப்பேச்சு நடத்துவதற்காக நியூயார்க் நகருக்குச் செல்வதற்கு என்னைத் தயார் செய்து கொண்டிருந்தேன். அப்போது, அந்த ஒப்பந்தம் எப்படி நிறைவடைந்தால் என்னைப் பொறுத்தவரை அது கச்சிதமானதாக இருக்கும் என்று நிதானமாக யோசித்து நான் அதை ஒரு காகிதத்தில் எழுதினேன்.

ஒப்பந்தத்திலுள்ள ஷரத்துகள் குறித்துப் பேசுவதற்காக நாங்கள் ஒரு நாளைத் தனியாக ஒதுக்கியிருந்தோம். ஆனால், நான் அந்தப் பேச்சுவார்த்தையைத் துவக்குவதற்குப் பதிலாக, எதிர்த்தரப்பினரிடம், "இந்த ஒப்பந்தம் எப்படி நிறைவடைந்தால் உங்களைப் பொறுத்தவரை அது கச்சிதமாக இருக்கும் என்று நீங்கள் நினைக்கிறீர்கள்?" என்று கேட்டேன்.

அதைக்கேட்டு அவர்கள் பெரும் வியப்படைந்தாலும், அதற்கு நேர்மையாகப் பதிலளித்தனர். அந்த ஒப்பந்தம் ஒரு குறிப்பிட்டத் தொகைக்கு, சில குறிப்பிட்ட நிபந்தனைகளுடன் நிறைவேறினால், தங்களைப் பொறுத்தவரை அது கச்சிதமானதாக இருக்கும் என்று அவர்கள் தெரிவித்தனர். அதோடு, அவர்கள் அந்தத் தொகையையும் நிபந்தனைகளையும் வெளிப்படையாகக் கூறினர். அது அவர்கள் மனத்தில் வைத்திருந்த கச்சிதமான எதிர்பார்ப்பு.

பதிலுக்கு நான் என் மனத்தில் வைத்திருந்த கச்சிதமான எதிர்பார்ப்பை அவர்களிடம் கூறினேன். எங்கள் இருவரின் எதிர்பார்ப்புகளுக்கும் இடையே பெரிய இடைவெளி இருக்கவில்லை. நாங்கள் முதலில் சில சிறிய முரண்பாடுகளைப் பற்றிப் பேசி அவற்றைக் களைந்துவிட்டு, பெரிய பிரச்சனைகளைப் பற்றிப் பேசி அவற்றுக்கும் தீர்வு கண்டோம். எங்களுடைய பேரப்பேச்சு, நாங்கள் முதலில் திட்டமிட்டிருந்ததுபோல எட்டு மணி நேரம் இழுத்தடிக்காமல், இரண்டு மணி நேரத்திற்குள்ளாகவே முடிந்துவிட்டது. இறுதியில் எல்லோரும் மகிழ்ச்சியும் திருப்தியும் அடைந்தோம்.

அத்தியாயம் பதினான்கு

நான்கின் விதி

எளிமையானவற்றிலிருந்து சிக்கலானவைவரை ஆயிரக்கணக்கான பேரப்பேச்சுகளை அலசி ஆராய்ந்ததில், எந்தவொரு பேரப்பேச்சிலும், தீர்க்கப்படுவதற்கு நான்கு முக்கியப் பிரச்சனைகள் மட்டுமே இருக்கின்றன என்பது தெளிவாகியுள்ளது. சின்னச் சின்னப் பிரச்சனைகள் பல இருக்கலாம். ஆனால், முக்கியமான பிரச்சனைகள் என்று எடுத்துக் கொண்டால், நான்கே நான்கு பிரச்சனைகள் மட்டுமே இருக்கின்றன. இது ஒரு பொதுவான கணக்கு. சில நேரங்களில், ஒன்று, இரண்டு, மூன்று, ஏன், ஐந்து பிரச்சனைகள்கூட இருக்கலாம். நன்றாக மூளையைக் கசக்கி, உங்களுக்கு மட்டுமல்லாமல், பேரப்பேச்சில் ஈடுபட்டுள்ள எதிர்த்தரப்புக்கும் முக்கியமாகவுள்ள அந்த நான்கு பிரச்சனைகள் என்னவென்று அடையாளம் காண்பதும், அவற்றை எப்படிக் கையாள்வது என்று

யோசிப்பதும்தான் உங்களுடைய வேலை.

இந்த நான்கில் ஒன்று முதன்மையான பிரச்சனையாக இருக்கும். மற்ற மூன்று பிரச்சனைகளும் முக்கியமானவையாக இருந்தாலும், முதன்மையான பிரச்சனை அளவுக்கு முக்கியமானவையாக இருக்காது.

எடுத்துக்காட்டாக, நீங்கள் ஒரு வீட்டை வாங்கவிருக்கிறீர்கள் என்று வைத்துக் கொள்வோம். அப்போது உங்களுடைய முதன்மையான அக்கறை அந்த வீட்டைப் பற்றியதாகத்தான் இருக்கும். அது இருக்கின்ற இடம், அதன் வடிவமைப்பு, அதன் வசீகரம், அது இருக்கின்ற நிலை போன்றவை அவற்றில் அடங்கும். அதற்கு அடுத்து, அதன் விலை, அதற்கான கடன் எப்படிப் பெறுவது, அது குறித்த நிபந்தனைகள், எப்போது அதை உங்கள் பொறுப்பில் எடுத்துக் கொள்ள முடியும் போன்றவை மற்ற பிற முக்கியமான விஷயங்களாக இருக்கும். நீங்கள் ஒரு கார் வாங்குவதற்காகச் செல்கிறீர்கள் என்று வைத்துக் கொள்வோம். அப்போது உங்களுடைய முதன்மையான அக்கறை, அதன் மாடல், நிறம், அளவு போன்றவையாக இருக்கும். அதே காரை ஒன்றுக்கு மேற்பட்ட விநியோகிப்பாளர்களிடமிருந்து வாங்கிக் கொள்ள முடியும் என்பதால், பேரப்பேச்சில், அதன் விலை, பழைய காரை என்ன விலைக்கு எடுத்துக் கொள்வார்கள், காருடன் இலவசமாக என்னென்ன கொடுப்பார்கள், அதற்கான தொகையை எப்படிக் கொடுக்க வேண்டும் போன்றவையும் இடம்பெறும்.

பேரப்பேச்சில் ஓர் இக்கட்டான நிலை ஏற்படுகின்றபோது

ஒரு பேரப்பேச்சின்போது, அதில் ஈடுபட்டிருக்கின்ற இரண்டு தரப்புக்கும் அவரவருக்கென்று ஒரு முக்கியமான பிரச்சனை இருக்கும். அது மற்றவரிடமிருந்து முற்றிலும் மாறுபட்டிருக்கும். இருதரப்புக்கும் ஒரே

பிரச்சனை முக்கியப் பிரச்சனையாக இருந்தால், ஓர் உடன்பாட்டிற்கு வருவது கடினமானதாக இருக்கும்.

எடுத்துக்காட்டாக, 1947 ஆம் ஆண்டிலிருந்தே, இஸ்ரேலியர்களும் பாலஸ்தீனியர்களும் பேச்சுவார்த்தைகளில் ஈடுபட்டு வருகின்றனர். இரண்டு தரப்புக்கும் இருக்கின்ற ஒரே பிரச்சனை, இஸ்ரேலின் நிலப்பகுதியும், இஸ்ரேல் என்ற நாடும்தான். இஸ்ரேலியர்களைப் பொறுத்தவரை, தங்களுடைய நாட்டைத் தக்கவைத்துக் கொள்வதுதான் முதன்மையான பிரச்சனை. பாலஸ்தீனியர்களைப் பொறுத்தவரை, இஸ்ரேல் என்ற நாட்டை இல்லாமல் ஆக்குவதுதான் அவர்கள் நோக்கம். இரு தரப்பினருக்கும் இது முக்கியப் பிரச்சனையாக இருந்து கொண்டிருக்கின்றவரை, எத்தனை ஆண்டுகள் பேச்சுவார்த்தைகள் இழுத்துக் கொண்டு போனாலும், அதற்குத் தீர்வு காண முடியாது.

உங்களுடைய முக்கியப் பிரச்சனை

பேரப்பேச்சின்போது, இந்த நான்கின் விதி உங்களுக்கு அருமையாகக் கைகொடுக்கும். இது உங்களுக்கு ஒரு நல்ல தெளிவை வழங்கும். உங்களுடைய மற்றும் எதிர்த்தரப்பின் முதன்மையான பிரச்சனையை நீங்கள் அடையாளம் காண்கின்றபோது, இரண்டு தரப்பின் முதன்மைப் பிரச்சனைகளும் தீர்க்கப்படுகின்ற விதத்தில் அவற்றுக்குத் தீர்வு காண்பதன் மூலம் இரு தரப்பும் அந்தப் பேரப்பேச்சில் வெற்றி அடையும்படி செய்யலாம்.

நான்கின் விதி பற்றி ஓர் இறுதி விஷயம். இரு தரப்பின் முதன்மையான பிரச்சனைதான் கடைசியாக எடுத்துக் கொள்ளப்பட்டு விவாதிக்கப்படும். 80/20 விதி இங்கும் பொருத்தமாக இருக்கும். கடைசி 20 சதவீதப் பேரப்பேச்சின்போதுதான், முக்கியமான 80 சதவீத விஷயங்கள் விவாதத்திற்கு எடுத்துக் கொள்ளப்படும்.

சர்ச்சைக்குரியதாக இல்லாத பிரச்சனைகளில் ஓர் உடன்பாட்டுக்கு வாருங்கள்

இதற்கு முன்பு, ஐம்பத்திரண்டு திருத்தங்கள் தேவைப்பட்ட அலுவலக வாடகை ஒப்பந்தம் தொடர்பான பேச்சுவார்த்தை ஒன்றைப் பற்றி நான் குறிப்பிட்டிருந்தேன், இல்லையா? இது போன்ற பேரப்பேச்சுகளின்போது பயன்படுத்துவதற்கு ஏற்ற உத்தி ஒன்றை நான் கண்டறிந்துள்ளேன். அது பிரமாதமாக வேலை செய்கின்ற ஒன்று. உருவாக்கப்பட்டிருக்கின்ற ஒப்பந்தத்தை, இரு தரப்பும் சேர்ந்து பக்கம் பக்கமாகப் படிக்க வேண்டும். அதில் இடம்பெற்றிருக்கின்ற ஒவ்வொரு ஷரத்தையும், நிபந்தனையையும், பிரச்சனையையும் தனித்தனியாக விவாதித்து அவற்றுக்குத் தீர்வு காண வேண்டும்.

அப்படி நீங்கள் செய்கின்றபோது, அந்த ஒப்பந்தம் எவ்வளவு பெரிதாக இருந்தாலும், அதில் இடம்பெற்றிருக்கின்ற விஷயங்களில் கிட்டத்தட்ட 80 சதவீதம் இரு தரப்புக்கும் ஏற்றவையாகவே இருப்பதை நீங்கள் காண்பீர்கள். இரு தரப்பாலும் ஒப்புக் கொள்ள முடியாத ஷரத்துகளைத் தற்போதைக்கு அப்படியே விட்டுவிட்டு அடுத்த விஷயத்திற்குச் செல்லுங்கள். மொத்த ஒப்பந்தத்தையும் இப்படிப் படித்து, அலசி, பெரும்பாலானவற்றை ஒப்புக் கொண்டுவிட்டப் பிறகு, முதல் பக்கத்திலிருந்து மறுபடியும் தொடங்குங்கள். இப்போது நீங்கள் விட்டுச் சென்றிருந்த ஷரத்துகளுக்கு வாருங்கள். இப்படி இரண்டாவது முறை அதைப் பற்றி விவாதிக்கும்போது, பலவற்றை நீங்கள் ஏற்றுக் கொள்வீர்கள், அல்லது அவற்றில் சமரசம் செய்து கொள்வீர்கள். ஆனாலும், தீர்மானத்தை எட்ட முடியாத சில விஷயங்கள் இருக்கத்தான் செய்யும்.

பின் அந்த ஒப்பந்தத்தை மூன்றாவது முறையாகப் படியுங்கள். தேவையெனில், நான்காவது முறைகூட நீங்கள் படிக்கலாம். ஒரு கட்டத்தில், நீங்கள் கடைசி

நான்கு பிரச்சனைகளில் வந்து நிற்பீர்கள். அவற்றில் ஒன்று முதன்மையான விஷயமாகவும், மற்ற மூன்றும் அதைவிட முக்கியத்துவம் குறைந்தவையாகவும் இருக்கும். இப்போது நீங்கள் தீவிரமான பேரப்பேச்சைத் துவக்குகின்ற இடத்திற்கு வந்து சேர்ந்திருப்பீர்கள்.

வேலை ஒப்பந்தம் நிபந்தனைகள்

நீங்கள் ஒரு புதிய வேலையில் சேர்கின்றபோது, உங்களுடைய சம்பளம் மற்றும் பிற சலுகைகள் குறித்து நீங்கள் மேற்கொள்கின்ற பேச்சுவார்த்தைகள், அந்த வேலையில் பல ஆண்டுகளுக்கு நீங்கள் எவ்வளவு வருவாய் ஈட்டப் போகிறீர்கள் என்பதையும், எவ்வளவு மகிழ்ச்சியாக இருக்கப் போகிறீர்கள் என்பதையும் தீர்மானிக்கும்.

தொடக்கத்தில் தங்களுக்கு எவ்வளவு அதிகமான சம்பளம் கிடைக்கும் என்பதுதான் தங்களுடைய முதன்மையான நோக்கமாக இருக்க வேண்டும் என்றுதான் பெரும்பாலான மக்கள் சிந்திக்கின்றனர். ஆனால், ஒரு குறிப்பிட்ட வேலைக்கு அதிகபட்சம் எவ்வளவு சம்பளம் கொடுக்க முடியும் என்பது குறித்துப் பல நிறுவனங்களில் கட்டுப்பாடுகள் இருக்கின்றன. பெரும்பாலான சமயங்களில், நீங்கள் விண்ணப்பிக்கின்ற நிறுவனம், நீங்கள் எதிர்பார்க்கின்ற சம்பளத்தைக் கொடுக்க முடியாத ஒரு நிலையில்தான் இருக்கும். அப்படிப்பட்டச் சமயங்களில் நீங்கள் உங்களுடைய உத்தியை மாற்றிக் கொள்ள வேண்டும். அப்போது, நீங்கள் பிற சலுகைகளைக் கேட்டுப் பெற வேண்டும். நிறுவனத்தின் கார், மேம்பட்ட மருத்துவக் காப்பீடு, கூடுதல் விடுப்பு, நெகிழ்வுத்தன்மையுடன்கூடிய வேலை நேரம் மற்றும் இதுபோன்ற முக்கியமான விஷயங்கள் அவற்றில் அடங்கும்.

உங்களுக்கு வேலை அளிக்க முன்வந்துள்ள நிறுவனம் சம்பள விஷயத்தில் கறாராக இருந்தால்,

அவர்களிடம் நீங்கள் இந்த உத்தியைக் கையாளலாம். முதலில் அவர்கள் கொடுக்க முன்வருகின்ற சம்பளத்தை ஏற்றுக் கொள்ளுங்கள். பின்னர் அவர்களிடம் சம்பள உயர்வு பெறுவதற்கு நீங்கள் என்ன செய்ய வேண்டும் என்று அவர்களிடம் கேளுங்கள். அதை வேலை ஒப்பந்தத்தில் சேர்த்துக் கொள்ளுங்கள். தொண்ணூறு நாட்களுக்குள் ஒரு மறுபரிசீலனைச் சந்திப்புக்கூட்டம் நடத்த வேண்டும் என்று ஒப்பந்தம் செய்து கொள்ளுங்கள். அப்படி நீங்கள் ஓர் ஒப்பந்தம் செய்து கொண்டால், அந்தக் குறிப்பிட்ட இலக்கை நீங்கள் அடைகின்றபோது, அதன் அடிப்படையில் அதை உங்களால் கேட்டுப் பெற்றுவிட முடியும். நீங்கள் எந்தவொரு புதிய வேலைக்குத் தாவுகின்றபோதும் இந்த உத்தியைப் பயன்படுத்திப் பயன் பெறலாம்.

அத்தியாயம் பதினைந்து

பேரப்பேச்சில் ஆலோசனையின் சக்தி

மனிதர்கள் தங்களுடைய சுற்றுச்சூழலால் பெரும் தாக்கத்திற்கு ஆளாகக்கூடியவர்கள். அதோடு, தங்களைச் சுற்றியுள்ள நபர்களின் ஆலோசனைகளின் தாக்கத்திற்கும் அவர்கள் பலியாகக்கூடியவர்கள்தாம்.

உங்களுடைய சிந்தனைகள், உணர்வுகள், தீர்மானமெடுத்தல் போன்றவை, உங்களைச் சூழ்ந்திருக்கின்ற, உங்களைத் தூண்டக்கூடிய சுற்றுச்சூழலால் கட்டுப்படுத்தப்படுகின்றன அல்லது அதன் தாக்கத்திற்கு ஆளாகின்றன. இப்படி உங்கள்மீது ஆதிக்கம் செலுத்துகின்ற பிறருடைய செல்வாக்கு குறித்து நீங்கள் எச்சரிக்கையுடன் இருக்க வேண்டும். அடுத்து, அந்த அம்சங்களை உங்களுடைய கட்டுப்பாட்டில் எடுத்துக் கொள்ள உங்களால் முடிந்த அனைத்தையும்

நீங்கள் செய்ய வேண்டும்.

எடுத்துக்காட்டாக, பேரப்பேச்சுகள் நடைபெறுகின்ற இடத்தை எடுத்துக் கொள்ளுங்கள். ஓர் ஒப்பந்தம் நடைபெறுகின்ற இடம், அந்த ஒப்பந்தத்தில் ஒப்புக் கொள்ளப்படுகின்ற நிபந்தனைகளின்மீது பெரும் தாக்கம் ஏற்படுத்தவல்லது. நீங்கள் எதிர்த்தரப்பின் அலுவலகத்தில் அவருடைய ஊழியர்கள் புடைசூழ, அவர்கள் அளிக்கின்ற இருக்கையில் அமர்ந்திருக்கின்றபோது, பேரப்பேச்சில் நீங்கள் ஒரு சாதகமற்ற நிலைக்குத் தள்ளப்படுகிறீர்கள். இங்கு நீங்கள் உங்களுடைய சௌகரிய வட்டத்திற்கு வெளியே இருப்பதால், உங்களுக்கு உளவியல்ரீதியான அனுகூலமற்ற நிலை ஏற்படுகிறது. அதே நேரம், எதிர்த்தரப்பில் இருப்பவருக்கு அது ஒரு சாதகமான நிலையை உருவாக்குகிறது. எதிர்த்தரப்பாளர் அதிகத் தன்னம்பிக்கையுடன் இருப்பார். உங்கள் தன்னம்பிக்கை குறைவாக இருக்கும்.

இடத்தை மாற்றுங்கள்

ஒரு நிறுவனத்தின் நிர்வாகத்திற்கும் தொழிற்சங்கத்திற்கும் இடையேயான பேச்சுவார்த்தைகள், அரசியல் பேச்சுவார்த்தைகள், சிக்கலான வர்த்தக ஒப்பந்தங்கள் போன்றவை நடைபெறும்போது, அவற்றில் சம்பந்தப்பட்டிருப்பவர்கள், இரு தரப்பினருடைய சௌகரிய வட்டத்திற்கு வெளியே இருக்கின்ற ஒரு பொதுவான இடத்தில் சந்தித்துக் கொள்வதை நீங்கள் பார்த்திருக்கலாம். சூழலின் தாக்கத்திற்கு ஆளாகாமல், இருவரும் சமமான நிலையிலிருந்து பேச்சுவார்த்தை நடத்துவதற்கு இது உதவும் என்பதே அதற்குக் காரணம்.

ஓர் உணவகம், ஒரு காபிக் கடை போன்ற ஒரு பொதுவான இடத்தில் பேரம் பேசச் செல்வது, அவ்விருவரில் ஒருவருக்கு மட்டுமே உளவியல்ரீதியாக அனுகூலமாக அமையக்கூடிய ஓர் இடத்தில்,

எடுத்துக்காட்டாக அவருடைய அலுவலகத்தில், சந்தித்துப் பேசுவதைவிட மேலானது.

ஆளுமையின் சக்தி

ஒருவர்மீது தாக்கம் ஏற்படுத்தக்கூடிய மற்றோர் அம்சம் ஆளுமை. பச்சாதாபம், கனிவு, தோழமையுணர்வு ஆகியவற்றுடன்கூடிய ஆளுமையே ஒரு பேரப்பேச்சிற்கு உகந்த ஆளுமையாகும். ஒருவருடன் இருக்கின்றபோது நீங்கள் எந்த அளவுக்கு சௌகரியமாக உணர்கிறீர்களோ, அந்த அளவுக்கு நீங்கள் அவருடைய வேண்டுகோள்களுக்குத் திறந்த மனத்துடன் செவிசாய்க்கத் தயாராக இருப்பீர்கள். இதற்கு நேரெதிரானதும் உண்மை. நீங்கள் எந்த அளவுக்கு நட்புடனும் இனிமையாகவும் இருக்கிறீர்களோ, அந்த அளவுக்கு அந்தப் பேரப்பேச்சு உங்களுக்குச் சாதகமாக அமையும்.

தலைசிறந்த விற்பனையாளர்களிடம் இருக்கின்ற தலையாய உளவியல்ரீதியான பண்புநலன் பச்சாதாப உணர்வுதான். வர்த்தகப் பரிவர்த்தனைகளில் பிறர் இறங்குவதற்கு உதவுகின்ற நபர்களிடம் பச்சாதாப உணர்வு அதிகமாகக் காணப்படுவதாகக் கூறப்படுகிறது. அவர்கள் பிறரால் மதிக்கப்படுகிறார்கள், விரும்பப்படுகிறார்கள். அந்த நபருடன் பரிவர்த்தனைகளில் ஈடுபடுகின்றபோது மற்றவர்கள் சௌகரியமாக உணர்கின்றனர்.

உடல்மொழி

பிறரிடம் செல்வாக்குச் செலுத்துகின்ற மற்றோர் அம்சம் உடல்மொழி. உங்களுடைய கருத்துப் பரிமாற்றத்தில் *55* சதவீதம் உடல்மொழியால் நடைபெறுவதாகக் கலிபோர்னியா பல்கலைக்கழக உளவியல் பேராசிரியரான ஆல்பர்ட் மெஹ்ரபியான்

தெரிவிக்கிறார். மற்றவருடன் ஒப்பிடுகையில் உங்களுடைய தோரணை எப்படி இருக்கிறது, உடல்ரீதியாக உங்களை நீங்கள் எப்படி நிலைநிறுத்திக் கொள்கிறீர்கள் என்பதைப் பற்றித்தான் அவர் குறிப்பிடுகிறார்.

ஒரு பேச்சுவார்த்தையின்போது நீங்கள் உட்கார்கின்ற இடத்தைப் பொறுத்தவரை, ஒருபோதும் உங்களுடைய எதிர்த்தரப்பில் இருப்பவருக்கு நேர் எதிரில் அமராதீர்கள். இது ஓர் அடிப்படை விதி. நீங்கள் ஒருவருக்கு நேர் எதிரே ஓர் இருக்கையில் அமர்கின்றபோது, நீங்கள் தானாகவே சாதகமற்ற ஒரு நிலையில் உங்களை வைத்துவிடுகிறீர்கள். நீங்கள் இருவரும் எதிரிகள் என்ற ஆழ்மனரீதியான ஒரு தகவல் அங்குப் பரிமாறிக் கொள்ளப்படுகிறது. ஏதோ ஒருவிதமான சண்டையில் நீங்கள் இறங்கப் போகிறீர்கள் என்ற தோற்றம் அங்கு உருவாகிறது. ஒரு வட்ட மேசையில் அமர்வது, ஒருவருக்குக் குறுக்கே அவரைப் பார்த்தபடி அமர்வது போன்றவை, உடன்பாடுகளை உருவாக்கிக் கொள்வதற்கு, நேருக்கு நேர் உட்கார்ந்திருப்பதைக் காட்டிலும் அதிகச் சாதகமானவையாகும்.

உங்களுடைய கைகள் ஒரு செய்தியைத் தெரிவிக்கின்றன

நீங்கள் உங்களுடைய உடலை எப்படி அசைக்கிறீர்கள் என்பதும், உங்களுடைய கைகளை நீங்கள் எங்கு வைத்திருக்கிறீர்கள் என்பதும் உடல்மொழி தொடர்பான பிற முக்கிய விஷயங்களாகும். நீங்கள் உங்களுடைய கைகளை உங்கள் மார்புக்குக் குறுக்காகக் கட்டி வைத்துக் கொள்வது, அடுத்தவரின் வாதங்களுக்கு நீங்கள் உடன்பட மறுக்கிறீர்கள் என்ற செய்தியை அந்த நபருக்குத் தெரிவிக்கிறது.

திறந்த மனத்துடன் இருத்தல், நாணயம், நேர்மை

ஆகியவற்றை வெளிப்படுத்துகின்ற உலகளாவிய அடையாளம், கைகளைத் திறந்த நிலையில் வைத்திருத்தலாகும். நீங்கள் உட்கார்ந்திருக்கின்றபோது, உங்களுடைய உள்ளங்கைகள் மேல்நோக்கி இருக்கும்படி உங்கள் கைகளை விரித்து வைத்து உட்கார்ந்தால், நீங்கள் நட்பானவர், நியாயமானவர், பிறருக்கு அச்சுறுத்தலை ஏற்படுத்தாதவர் என்ற செய்தியை நீங்கள் அடுத்தவருக்கு வெளிப்படுத்துகிறீர்கள்.

அடுத்தவர் பேசுகின்றபோது முன்பக்கமாக இலேசாகச் சாய்ந்து அமர்ந்து கொண்டு, அவருடைய வாயின்மீது கவனம் செலுத்தி, தலையை அசைத்தவாறு நீங்கள் அவருடைய பேச்சைக் கேட்கும்போது, அவர் கூறுகின்றவற்றில் உண்மையான ஆர்வம் கொண்டுள்ள, எல்லோருக்கும் ஏற்புடையதாக இருக்கின்ற ஒன்றைக் கண்டுபிடிக்க ஆர்வமாக உள்ள நபராக உங்களை நீங்கள் வெளிப்படுத்துகிறீர்கள்.

செல்வாக்குச் செலுத்துகின்ற வேறு சில அம்சங்கள்

- •சௌகரியம். நீங்கள் அமர்ந்திருக்கின்ற இருக்கை, அந்த இடத்திலிருக்கின்ற வெளிச்சம், தட்பவெப்ப நிலை போன்ற புறச் சூழல்கள் சௌகரியமாக இருக்கின்றபோது, ஒரு மேம்பட்ட விதத்தில் உங்களால் பேரத்தைப் பேசி முடிக்க முடியும்.
- •ஆசுவாசம். நன்றாக ஓய்வெடுத்து, ஓர் ஆசுவாசமான மனநிலையோடு நீங்கள் பேரம் பேசுவதற்குச் சென்றால், உங்களுக்கு அனுகூலமான விதத்தில் உங்களால் பேச முடியும்.
- •பசி மற்றும் தாகமில்லாதிருத்தல். ஒரு

பேரப்பேச்சிற்குச் செல்வதற்கு முன் நீங்கள் நன்றாக உணவருந்திச் சென்றால், உங்களுடைய மூளை ஆகச் சிறப்பாகச் செயல்படும். அது தாகமில்லாமல் இருப்பதற்கும் பொருந்தும். சில கனமான உணவுகள் பேச்சுவார்த்தையின் நடுவே உங்களுக்குத் தூக்கத்தை வரவழைக்கும். அவற்றை நீங்கள் தவிர்க்க வேண்டும். நீங்கள் யாருடன் பேரம் பேசிக் கொண்டிருக்கிறீர்களோ, அவர்களுடன் சேர்ந்து உணவருந்துவதும் ஓர் ஆற்றல்மிக்க உத்தியாகும். நாம் ஒருவருடன் சேர்ந்து உணவருந்தினால், அந்த நபர் குறித்து இயல்பாகவே நாம் நல்லவிதமாக உணர்வோம். நாம் ஒருவருடன் ஏதாவது ஒன்றைப் பகிர்ந்து கொள்கின்றபோது, அந்த நபரை நாம் விரும்புகிறோம்.

- •உங்களுடைய மனப்போக்கு. ஒரு பேரப்பேச்சின்போது, உற்சாகத்தையும் நன்னம்பிக்கை மனோபாவத்தையும் வெளிப்படுத்துகின்ற நேர்மறையான மனப்போக்கு, நீங்கள் விரும்புகின்ற விளைவை உங்களுக்குப் பெற்றுத் தரும்.

அத்தியாயம் பதினாறு

கைம்மாறு செய்வதன் மூலம் ஒப்புக் கொள்ள வைத்தல்

உங்களுடைய கூற்றுக்கு மக்கள் எதிர்வினையாற்றுகின்ற விதத்தைத் தீர்மானிக்கின்ற காரணிகளை 'இன்ஃபுளுயென்ஸ்' என்ற தன்னுடைய பிரபலமான நூலில் ராபர்ட் சியால்டினி பட்டியலிடுகிறார். அவருடைய கருத்துப்படி, இருப்பதிலேயே மிகவும் ஆற்றல்மிக்கச் செல்வாக்குக் காரணி கைம்மாறுதான். பிறரை உங்களுடைய கூற்றுக்கு உடன்பட வைப்பதில், ஒன்றைக் கொடுத்துப் பதிலுக்கு ஒன்றைப் பெறுகின்ற கைம்மாறு செய்தல் சக்திமிக்கதாக விளங்குவதாக எண்ணற்ற ஆய்வுகள் நிரூபித்துள்ளன.

பொதுவாக, மக்கள் பிறருடன் உறவாடுகின்றபோது நியாயமாகவே நடந்து கொள்கின்றனர். அதாவது,

நீங்கள் எனக்கு ஏதாவது ஒன்றைச் செய்தால், அதன் மதிப்புக்கு இணையான அல்லது அதைவிடக் கூடுதலான ஒன்றைக் கைம்மாறாக நான் உங்களுக்குச் செய்ய விரும்புவேன். இது ஓர் இயல்பான மனிதப் பண்பு, நாகரிகத்தின் அடிப்படை.

பிறருக்குச் சேவை செய்யுங்கள்

பேரப்பேச்சைப் பொறுத்தவரை, பிறர் உட்கார்வதற்கு நாற்காலிகளை இழுத்துப் போடுவது, ஒரு காபி கொடுத்து அவர்களை உபசரிப்பது போன்ற சிறிய காரியங்கள் உட்பட நீங்கள் பிறருக்கு எதையாவது செய்தால், ஆழ்மனரீதியாக, உங்களுக்குக் கைம்மாறாக எதையாவது செய்ய வேண்டும் என்ற உணர்வை அது அவர்களுக்குள் தூண்டிவிடும். அதன் விளைவாக, அவர்கள் நேர்மறையானதொரு விதத்தில் உங்களுக்கு எதிர்வினையாற்றுவர்.

நீங்கள் ஒருவரிடம் அவருடைய வேலை, வாழ்க்கை, குடும்பத்தினர் போன்றவற்றைப் பற்றி விசாரித்து, அவர் கூறுவதை உன்னிப்பாகக் கவனித்துக் கேட்கின்றபோது, அது அவர் தன்னைப் பற்றி மகிழ்ச்சியாக உணரும்படி செய்யும்.

சாக்ரடீஸ் முறையைப் பயன்படுத்துங்கள்

பிறரிடம் கைம்மாறு உணர்வைத் தூண்டுவதற்கு நீங்கள் சாக்ரடீஸ் முறையைப் பயன்படுத்தலாம். "நீங்கள் எவற்றிலெல்லாம் உடன்படுகிறீர்களோ, அவற்றை முதலில் பேசி முடித்துவிட்டு, பிறகு, எவற்றிலெல்லாம் நீங்கள் கருத்து முரண்பாடு கொண்டிருக்கிறீர்களோ அவற்றுக்குச் செல்லுங்கள்," என்று சாக்ரடீஸ் கூறியுள்ளார்.

பதினான்காம் அத்தியாயத்தில், பேரப்பேச்சின்போது, ஒப்பந்தத்தில் இடம்பெற்றுள்ள

ஷரத்துகளை ஒவ்வொன்றாக எடுத்து விவாதிப்பதிலிருந்து தொடங்க வேண்டும் என்று நான் கூறியிருந்தது உங்களுக்கு நினைவிருக்கலாம். அப்படிச் செய்கின்றபோது பெரும்பாலான விஷயங்களில் நீங்களும் எதிர்த்தரப்பினரும் ஒத்துப் போவதை நீங்கள் காண்பீர்கள். உடனே அவற்றை ஒப்புக் கொண்டுவிட்டு மேலே செல்வீர்கள். நீங்கள் இருவரும் இப்படிப் பல விஷயங்களை விவாதித்து அவற்றை ஏற்றுக் கொள்கின்றபோது, ஓர் உடன்பாட்டை ஏற்படுத்திக் கொள்வதை நோக்கி நீங்கள் வேகமாகப் பயணிக்கத் தொடங்குவீர்கள்.

உடன்பாட்டிற்கு வர முடியாத விஷயங்களை நிறுத்தி வையுங்கள்

ஒரு பேரப்பேச்சில், நீங்கள் பல விஷயங்களை அலசிக் கொண்டிருக்கின்றபோது, ஏதாவது ஒரு விஷயத்தைப் பற்றி எதிர்த்தரப்பு மிகவும் பிடிவாதமாக இருந்தாலோ அல்லது உடன்பட மறுத்தாலோ, நீங்கள் உடனே அவர்களிடம், "இதைப் பற்றிப் பின்னர் விவாதிக்கலாம்," என்று கூறி அதைக் கடந்து சென்றுவிடுங்கள்.

சர்ச்சைக்குரிய விஷயங்களை நீங்கள் எவ்வளவு வேகமாகக்கடந்துசெல்கிறீர்களோ,எதிர்த்தரப்பாளரிடம் எதிர்ப்புணர்வு அவ்வளவு குறைவாக இருக்கும். தொடக்கத்தில் நீங்கள் உடன்படுகின்ற விஷயங்களின் எண்ணிக்கை எவ்வளவு அதிகமாக இருக்கிறதோ, அவர் பின்னர் மற்ற விஷயங்களில் உங்களோடு அவ்வளவு அதிக சுலபமாக உடன்படுவார். தொடக்கத்தில் விவாதத்தைச் சுமூகமாகவும் எளிதாகவும் நீங்கள் ஆக்கினால், அதற்குக் கைம்மாறு செய்கின்ற விதமாக அவர்கள் பின்னர் விவாதத்தை எளிதாகவும் சுமூகமாகவும் ஆக்குவர்.

பேச்சுவார்த்தையின் தொடக்கத்தில், விஷயங்களைப்

பெறுபவராக இல்லாமல், விட்டுக்கொடுப்பவராக நடந்து கொள்ளுங்கள். எதிர்த்தரப்பில் இருப்பவரோடு உடன்படுவதற்கான வழிகளை எதிர்நோக்கியிருங்கள். இப்படிச் செய்வதன் மூலம், அவர் உங்களோடு உடன்பட விரும்புகின்ற நிலைக்கு அவரை உங்களால் கொண்டு செல்ல முடியும்.

மெதுவாக ஒப்புக் கொள்ளுங்கள்

பேரப்பேச்சின்போது நீங்கள் பயன்படுத்திக் கொள்ளக்கூடிய மற்றோர் உத்தி இது: பேரப்பேச்சின்போது, ஒரு குறிப்பிட்ட விஷயத்தை ஒப்புக் கொள்வதில் உங்களுக்கு எந்தவிதமான பிரச்சனையும் இல்லாவிட்டால்கூட, அந்த விஷயத்தை உடனே ஒப்புக் கொண்டுவிடாதீர்கள். அதை மெதுவாகவும் தயக்கத்துடன் ஒப்புக் கொள்வதைப்போல ஒப்புக் கொள்ளுங்கள். நீங்கள் ஒரு குறிப்பிட்ட விஷயத்தை உடனடியாக ஒப்புக் கொண்டுவிட்டால், அது உங்களுக்கு அவ்வளவு முக்கியமானதல்ல என்ற எண்ணம் எதிர்த்தரப்பில் இருப்பவருக்குத் தோன்றிவிடும். ஆனால், நீங்கள் தயக்கத்துடன் அதை ஒப்புக் கொள்கின்றபோது, அது உங்களுக்கு முக்கியமான விஷயம் என்றாலும், நீங்கள் அதை எதிர்த்தரப்பிற்காக விட்டுக்கொடுக்கிறீர்கள் என்ற எண்ணம் அவர்களுக்குத் தோன்றும் என்பதால், பின்னர் அவர்கள் தங்களுக்கு முக்கியமானதொரு விஷயத்தை உங்களுக்காக விட்டுக்கொடுக்க முன்வருவர்.

நியாய உணர்வு

பேரப்பேச்சில் உணர்வுபூர்வமான முக்கியமானதொரு விஷயம் நியாய உணர்வு. அதனால், உங்களுடைய பேச்சின்போது, உங்களால் முடிந்த அளவு 'நியாயம்' என்ற சொல்லை அடிக்கடிப்

பயன்படுத்துங்கள். ஏனெனில், அது எதிர்த்தரப்பு நபரின் மனத்தில் தானும் நியாயமாக நடந்து கொள்ள வேண்டும் என்ற எண்ணத்தைத் தோற்றுவிக்கும். "இங்கு இப்படிச் செய்வதுதான் நியாயமாக இருக்கும்," என்றோ, "இந்தச் சூழலில் அது நியாயமாக இருப்பதாக எனக்குப் படவில்லை," என்றோ, அல்லது, "இது நம் இருவருக்கும் நியாயமாக இருக்க வேண்டும்," என்றோ கூறுங்கள். நீங்கள் நியாயமாக நடந்து கொள்ளக்கூடாது என்று எவரும் உங்களிடம் வாதம் புரியப் போவதில்லை.

எதிர்த்தரப்பிடம் கைம்மாறு செய்யக் கோருங்கள்

ஒரு பேரப்பேச்சின்போது நீங்கள் தயக்கத்துடன் பல சிறிய விஷயங்களை விட்டுக்கொடுத்துவிட்டப் பிறகு, எதிர்த்தரப்பிடம், "நீங்கள் இதுவரை கோரிய விஷயங்களையெல்லாம் நான் ஏற்றுக் கொண்டுவிட்டேன். இதுவரை பல விஷயங்களை நான் விட்டுக்கொடுத்து வந்துள்ளேன். இந்த ஒரு விஷயத்தை விட்டுக்கொடுக்குமாறு நான் உங்களைக் கேட்டுக் கொள்கிறேன்," என்று கேளுங்கள். நீங்கள் அவரிடம் கேட்கின்ற விஷயம் உங்களுக்கு மிகவும் முக்கியமான விஷயமாக இருக்கும் என்பது வெளிப்படை.

விலையும் நிபந்தனைகளும் வேறு வேறு

ஒரு பேரப்பேச்சில் விலையும் நிபந்தனைகளும் வேறு வேறு என்பதை நீங்கள் நினைவில் வைத்திருக்க வேண்டும். எடுத்துக்காட்டாக, ஒரு பொருளுக்கு நீங்கள் நினைத்திருந்ததைவிடக் கூடுதல் விலை கேட்கப்படுகின்றபோது, அது தொடர்பான பிற நிபந்தனைகள் உங்களுக்குச் சாதகமாக இருக்கின்றபோது, அதை நீங்கள் ஏற்றுக் கொள்ளலாம். எதிர்த்தரப்பிடம் நீங்கள், "நான் இந்தக் கூடுதல் விலைக்கு ஒப்புக் கொள்கிறேன். பதிலுக்கு நீங்கள் சில நிபந்தனைகளைத்

தளர்த்த வேண்டும்," என்று கோரலாம்.

ஒரு சமயம், என் நண்பர் ஒரு பெரிய நிலத்தை வாங்க முயன்றபோது, அதை விற்க முயன்றவர் அதற்குப் பத்து இலட்சம் டாலர்கள் பணத்தை விலையாகக் கேட்டார். ஆனால், சந்தை மதிப்பின்படி அதன் விலை ஆறு இலட்சம் டாலர்கள்தான் இருந்தது என்பதை என் நண்பர் கண்டுபிடித்தார். ஆனால், அந்த நிலத்தை விற்க முன்வந்த நபரின் நண்பர் ஒருவர், ஓராண்டுக்கு முன்பு அதே போன்ற ஓரிடத்தைப் பத்து இலட்சம் டாலர்களுக்கு விற்றிருந்ததால், அவரும் அதே விலையைக் கேட்டார். ஆனால், அவருடைய நண்பரின் நிலம் ஒரு வசதியான இடத்தில் இருந்தது. ஆனால், வீட்டை விற்க முன்வந்தவர், பத்து இலட்சத்திலிருந்து இறங்கி வர மறுத்துவிட்டார்.

இறுதியில், என் நண்பர் அவர் கேட்டத் தொகையைக் கொடுக்க முன்வந்தார். ஆனால், என் நண்பர் அதற்கு ஒரு நிபந்தனையை விதித்தார். அந்தப் பத்து இலட்சம் டாலர்கள் தொகையை ஆண்டுக்கு ஐம்பதாயிரம் டாலர்கள் என்ற கணக்கில் இருபது ஆண்டுகளாகக் கொடுப்பதற்கு அவர் முன்வந்தார். என் நண்பர் தான் வாங்கப் போகின்ற நிலத்தை வீட்டு மனைகளாகப் பிரித்து அவற்றை விற்கின்றபோது, அவருக்குச் சீக்கிரமாகவே மொத்தப் பணமும் கிடைத்துவிட்டால், நிலத்தை விற்பவருக்கு மொத்தத் தொகையை விரைவாகக் கொடுத்துவிடுவதாகவும் அவர் கூறினார்.

நிலத்தை விற்க முன்வந்தவருக்குப் பத்து இலட்சம் டாலர்கள் பணம் முக்கியமாக இருந்தது. ஆனால், மொத்தத் தொகையையும் உடனடியாகக் கொடுக்க முடியாத நிலையில் என் நண்பர் இருந்தார். என் நண்பர் முன்மொழிந்த திட்டம் இருவருடைய முதன்மைத் தேவையைப் பூர்த்தி செய்வதாக இருந்ததால், அவர்கள் திருப்திகரமாக அதற்கு ஒப்புக் கொண்டனர்.

பெரும்பாலான நேரங்களில், நீங்கள் பேரப்பேச்சில்

ஈடுபடுகின்றபோது, தொடக்கத்தில் அங்கு ஓர் ஒப்பந்தம் உருவாவதற்கு இடமில்லாததுபோலத் தோன்றும். பெரும்பாலான பேரப்பேச்சில் விலை என்பதுதான் முதன்மையான காரணியாக இருக்கும் என்பதால், நீங்கள் அதில் உங்களுடைய கவனத்தைக் குவிக்காமல், பிற நிபந்தனைகள்மீது நீங்கள் உங்களுடைய கவனத்தைத் திருப்பினால், பெரும்பாலான சமயங்களில், உங்கள் இருவருக்கும் திருப்தியாக இருக்கின்ற விதத்தில் ஓர் உடன்பாட்டுக்கு வந்துவிட முடியும். தொழிலுலக வரலாற்றில் மிகப் பெரிய ஒப்பந்தங்கள் பலவும் இப்படித்தான் ஏற்பட்டுள்ளன.

அத்தியாயம் பதினொரு

மறைமுகமான சமூக நிர்ப்பந்தங்கள் மூலம் ஏற்கச் செய்தல்

மக்களின் சிந்தனையில் பெரும் தாக்கம் விளைவிக்கின்ற ஒன்று, "இதே போன்ற சூழ்நிலையில், 'என்னைப்போல' இருக்கின்ற நபர்கள் எப்படி நடந்து கொள்வர்?" என்ற சிந்தனையோட்டமாகும். நாம் நம்மைப் பொருத்திப் பார்த்துக் கொள்ளக்கூடிய நபர்களின் நடத்தையால் நாம் அளவுக்கதிகமான தாக்கத்திற்கு ஆளாகிறோம்.

ஊரோடு ஒத்து வாழ முயற்சித்தல்

வீடு வீடாகச் சென்று பத்திரிகைகளுக்குச் சந்தா சேர்க்கின்ற ஒரு பெண்மணி, ஒரு முறை

என் வீட்டின் கதவைத் தட்டினார். அவர் மிகவும் உற்சாகமானவராகவும் தோழமையுடனும் இருந்தார். அவர் தன்னை எங்களிடம் அறிமுகப்படுத்திவிட்டு, "நீங்கள் வசிக்கின்ற இந்தப் பகுதியில் பத்திரிகைகளுக்குச் சந்தா சேர்ப்பதற்காக வந்தேன். உங்களுடைய அண்டை வீட்டார் அனைவரும் சராசரியாகத் தலா ஆறு பத்திரிகைகளுக்குச் சந்தா கொடுத்துள்ளனர். நீங்களும் என்னிடம் இருக்கின்ற பத்திரிகைகளின் பட்டியலைப் பார்க்கிறீர்களா?" என்று கேட்டார்.

எடுத்த எடுப்பிலேயே அவர் எங்களைத் தன் பக்கம் வளைத்துவிட்டிருந்தார். அதைப் பற்றிச் சிந்திக்கத் தொடங்குவதற்கு முன்பாகவே, நாங்கள் ஆறு பத்திரிகைகளுக்குச் சந்தா கட்ட ஒப்புக் கொண்டுவிட்டிருந்தோம். பின்னர் நாங்கள் அந்தப் பத்திரிகைகளைப் பிரித்துப் பார்த்தோமா என்பதுகூட எனக்கு நினைவில்லை. அது ஒரு பெரிய விஷயமே இல்லை. எங்களுடைய அண்டைவீட்டாருக்கு நாங்கள் சளைத்தவர்களா என்ன? அவர்கள் சந்தா செலுத்தியிருக்கின்றபோது, எங்களால் மட்டும் எப்படி அதை மறுக்க முடியும்?

நம்மையொத்த மக்கள்

பிற மக்கள், குறிப்பாக, ஆர்வத்தில், வருமானத்தில், வேலையில், மத நம்பிக்கையில், மற்றும் அரசியல் ஈடுபாட்டில் நம்மை ஒத்திருக்கின்ற மக்கள், என்ன செய்துள்ளனர், என்ன வாங்கியுள்ளனர் என்பது நம்மீது பெரும் தாக்கம் ஏற்படுத்துகிறது. நீங்கள் பேரப்பேச்சில் ஈடுபட்டிருக்கின்ற நபர் எதிர்மறையானவராகவும், தான் ஈடுபட்டுள்ள காரியத்தில் துளிகூட ஈடுபாடு காட்டாதவராகவும் இருக்கிறார் என்று வைத்துக் கொள்வோம். நீங்கள் அவரிடம், "நான் உங்களை அணுகியதற்குக் காரணமே, கடந்த வாரம் உங்களுடைய சகோதரர், நான் விற்றுக் கொண்டிருக்கின்ற

இப்பொருளில் இரண்டை வாங்கினார் என்பதுதான்," என்று கூறுகிறீர்கள். அந்த நபர் உடனே அப்பொருளை வாங்கிக் கொள்ள முனைகிறார். அவர் விரும்புகின்ற, மதிக்கின்ற, தெரிந்துள்ள ஒருவர் அதே பொருளை வாங்கியுள்ளார் என்பதை அறிவது, அவரை அத்தீர்மானத்திற்கு இட்டுச் செல்கிறது.

சமூகத்தில் நிரூபணங்களைக் காட்டுங்கள்

நீங்கள் பேரம் பேசிக் கொண்டிருக்கின்ற நபரிடம், அவருக்குத் தெரிந்த மக்களைப் பற்றிய தகவல்கள், புள்ளிவிபரங்கள், பெயர்கள், மற்றும் பரிந்துரைகளைப் பயன்படுத்துங்கள். நீங்கள் ஒருவரிடம், அவருடைய சமூக வட்டத்தில் இருப்பவர்கள் அதே தீர்மானத்திற்கு வந்துள்ளனர் என்று எடுத்துரைக்கின்றபோது, நீங்கள் அவரிடம் முன்வைக்கின்ற நிபந்தனைகள் அவருக்கு நியாயமானவையாகப் படுகின்றன.

எடுத்துக்காட்டாக, நீங்கள் ஒரு கார் வாங்க ஒரு விற்பனையகத்திற்குச் செல்கிறீர்கள் என்று வைத்துக் கொள்வோம். பெரும்பாலான நேரங்களில் அந்த விற்பனையாளர் உங்களிடம், "உங்களையொத்தத் தொழில்களில் இருப்பவர்கள் பெரும்பாலும் ஜிபிஎஸ் பொருத்தப்பட்டுள்ள கார்களையே வாங்குகின்றனர்," என்ற ரீதியில் எதையாவது கூறுவார்.

அந்த விற்பனையாளர், 'உங்களையொத்தத் தொழிலில் இருப்பவர்கள்' என்று கூறியவுடனேயே நீங்கள் அவர் விரித்துள்ள வலையில் விழுந்துவிடுகிறீர்கள். ஜிபிஎஸ் பொருத்தப்பட்டக் காரைத்தான் வாங்க வேண்டும் என்ற தீர்மானத்திற்கு உங்களை அறியாமலேயே நீங்கள் வந்துவிடுகிறீர்கள். அந்த விற்பனையாளர் உங்களுடைய மனரீதியான, உணர்ச்சிரீதியான எதிர்ப்புணர்வைச் சாதுரியமாக மழுங்கடித்துவிடுகிறார்.

அதனால், நீங்கள் பேரப்பேச்சில் ஈடுபடுகின்றபோது,

"உங்களைப் போன்றவர்கள் இதே போன்ற சூழலில், இதே போன்ற தீர்மானத்தை எடுத்துள்ளனர்," என்று குறிப்பிட மறக்காதீர்கள். இதே போன்ற உடன்பாட்டிற்கு வந்துள்ள பிறரைப் பற்றி நீங்கள் தொடர்ந்து பேசிக் கொண்டே இருக்கின்றபோது, நீங்கள் விடுக்கின்ற வேண்டுகோளில் நியாயத்தன்மை இருப்பதை அது பறைசாற்றுகிறது. உங்களுடைய கருத்தைப் பிறர் ஏற்கும்படி செய்வதற்கு இது ஓர் ஆற்றல்மிக்க வழியாகும்.

ஒரே வேலையில் இருக்கின்ற நபர்கள்

ஒரு மருத்துவர் தன் தொழிலை நிர்வகிப்பதற்கு ஒரு புதிய கணினியை வாங்க விரும்புகிறார் என்ற வைத்துக் கொள்வோம். நீங்கள் அவரிடம் அந்தக் கணினியை விற்பதற்கான பேரப்பேச்சில் ஈடுபட்டிருக்கிறீர்கள். அவர் மருத்துவத் துறையின் எந்தச் சிறப்புப் பிரிவில் வல்லுநராக இருக்கிறாரோ, அதே துறையிலுள்ள வேறு பல மருத்துவர்கள் உங்களிடமிருந்து அதே போன்ற கணினியை ஏற்கனவே வாங்கியுள்ளனர் என்று நீங்கள் அவரிடம் தெரிவிக்கின்றபோது, அந்தக் கணினியை வாங்குவதற்கு அவர் கொண்டிருக்கும் எதிர்ப்பு மனநிலை அப்படியே கரைந்து போய்விடும்.

நீங்கள் பேரப்பேச்சு நடத்திக் கொண்டிருக்கின்ற ஒரு நபர், ஒப்பந்தத்திலுள்ள ஒரு குறிப்பிட்ட நிபந்தனைக்கு எதிரான மனநிலையுடன் இருக்கின்றபோது, அவரை ஒத்த நிலையிலிருந்த பலரும் அவரைப்போலவே முதலில் அதை எதிர்த்துவிட்டுப் பின்னர் அப்பொருளை வாங்கியிருந்தது பற்றிய எடுத்துக்காட்டுகளை அவர் முன் வையுங்கள். அதிகாரத்தில் இருப்பவர்கள், தங்களையொத்த நிலையில் இருப்பவர்கள் ஒன்றை வாங்கியிருக்கின்றனர் அல்லது ஏதோ ஒரு விஷயத்திற்கு ஒத்துக் கொண்டிருக்கின்றனர் என்பதை அறிகின்றபோது, அதற்குத் தாங்கள் கொண்டிருக்கின்ற

எதிர்ப்புணர்வைத் தளர்த்திக் கொள்கின்றனர்.

பிறருடைய பாராட்டுரைகளைப் பயன்படுத்துங்கள்

நீங்கள் ஒருவருடன் பேரப்பேச்சில் ஈடுபட்டிருக்கின்றபோது, அவரிடம் காட்டிக் கொண்டிருக்கின்ற ஒப்பந்தத்தில் இருக்கின்ற அதே ஷரத்துகளை ஏற்றுக் கொண்டுள்ள மக்களின் பட்டியல், அவர்களிடமிருந்து நீங்கள் பெற்றுள்ள கடிதங்கள், பாராட்டுரைகள் போன்றவை உங்களுடைய கருத்துக்கு வெகுவாக வலுவூட்டும்.

சிறிது காலத்திற்கு முன்பு, ஒரு முக்கிய வங்கிக்கு ஆலோசனை வழங்குவதற்கான ஒப்பந்தம் ஒன்றைப் போடுவதற்கான முயற்சியில் நான் இறங்கியிருந்தேன். அதன் தொகை பெரிதாக இருந்ததால், அதைத் தீர்மானிக்கின்ற முடிவு அந்த வங்கியின் தலைவரிடம் விடப்பட்டது. அத்தலைவர், அந்த ஒப்பந்தத்தில் ஈடுபடுவதில் தனக்குத் தயக்கம் இருந்ததாகவும், இதேபோன்ற ஆலோசனைகளை நான் வழங்கியுள்ள வேறு சில வங்கிகளின் பெயர்களைக் குறிப்பிட்டால் தான் தன் மனத்தை மாற்றிக் கொள்ளக்கூடும் என்றும் குறிப்பிட்டு அந்த ஒப்பந்தத்தை எனக்குத் திருப்பி அனுப்பி வைத்தார்.

அடுத்த இருபத்து நான்கு மணி நேரத்திற்குள், கடந்தகாலங்களில் நான் பணியாற்றியிருந்த பத்து தேசிய மற்றும் சர்வதேச வங்கிகளின் பெயர்களை நான் அந்த வங்கியின் தலைவருக்கு அனுப்பி வைத்தேன். அந்தப் பத்து வங்கிகளிலும் என்னுடன் தொடர்பில் இருந்த அதிகாரிகளின் பெயர்களையும் அவர்களுடைய தொலைபேசி எண்களையும்கூட நான் இணைத்திருந்தேன். நான் அனுப்பிய விபரங்களைப் பார்த்த ஐந்து நிமிடங்களுக்குள் அவர் அந்த ஒப்பந்தத்தில் கையெழுத்திட்டு எனக்கு அனுப்பி வைத்துவிட்டார்.

நான் கொடுத்திருந்த நபர்களை அவர் தொலைபேசியில் அழைக்கக்கூட இல்லை. நான் அவருடைய வங்கிக்குப் பரிந்துரைத்திருந்தவற்றை 'அவருடையதைப் போன்ற' பிற வங்கிகள் பயன்படுத்தி இருந்தனவா என்பதை மட்டும் தெரிந்து கொள்ள அவர் விரும்பியிருந்தார்.

ஒருவருடன் பேரப்பேச்சிற்குச் செல்கின்றபோது, அதே போன்ற ஒப்பந்தங்களை நீங்கள் ஏற்கனவே போட்டுள்ள பிற நிறுவனங்கள் அல்லது தனிநபர்களின் பெயர்களைக் கொடுப்பதற்குத் தயாராக இருப்பது, அந்த ஒப்பந்தத்தை நீங்கள் பெறுவதற்கான வாய்ப்புகளை வெகுவாக அதிகரிக்கும். ஒரு பேரப்பேச்சு வெற்றிகரமாக நிறைவேறுவதற்கு வழிவகுக்கின்ற உத்திகளிலேயே இதுதான் மிகவும் ஆற்றல்மிக்கது.

அத்தியாயம் பதினெட்டு

விலை குறித்தப் பேரப்பேச்சுத் தந்திரங்கள்

மூன்றாவது அத்தியாயத்தில் நாம் இரண்டு வகையான பேரப்பேச்சுகளைப் பற்றிப் பார்த்தோம். ஒன்று, குறுகிய கால நோக்குடைய, ஒரே ஒரு முறை மட்டும் மேற்கொள்ளப்படுகின்ற பேரப்பேச்சு. இரண்டாவது, நீண்ட கால நோக்குடைய வர்த்தக ஒப்பந்தங்கள். குறுகிய காலப் பேரப்பேச்சில், நீங்கள் அக்கணத்தில் எவ்வளவு சிறந்த விலையைப் பெறலாம் என்பதில் மட்டுமே நீங்கள் குறியாக இருப்பீர்கள். அப்போது, நீங்கள் அந்த நபரை மீண்டும் சந்திப்பீர்களா அல்லது அவருடன் மீண்டும் வர்த்தகத்தில் ஈடுபடுவீர்களா என்பதைப் பற்றி உங்களுக்கு எள்ளளவும் அக்கறை இருக்காது.

ஒரே ஒரு முறை நிகழ்கின்ற பேரப்பேச்சில், மிகச்

சிறந்த விலையை அல்லது உங்களுக்குச் சாதகமான அம்சங்களைப் பெறுவதற்குப் பல தந்திரங்கள் இருக்கின்றன. அதிர்ஷ்டவசமாக, பல ஆண்டுகள் தொடர்ந்து நீங்கள் மீண்டும் மீண்டும் ஈடுபடக்கூடிய நீண்ட காலப் பேரப்பேச்சிற்கும் இதே தந்திரங்கள் சிறப்பாக வேலை செய்யும்.

1. முகஞ்சுளித்துப் போலி அதிர்ச்சியை வெளிப்படுத்துதல்

நீங்கள் ஒரு பேரப்பேச்சில் ஈடுபட்டிருக்கின்றபோது, உங்களிடம் ஒரு பொருளை விற்பவர் கூறுகின்ற விலை எதுவாக இருந்தாலும், அதைக் கேட்டவுடன் உங்களுடைய முகத்தைச் சுளித்துப் போலி அதிர்ச்சியை வெளிப்படுத்துகின்ற உத்தி இது. அப்போது வலியையோ அல்லது வருத்தத்தையோ வெளிப்படுத்துகின்ற விதத்தில் உங்களுடைய முகத்தை வைத்துக் கொள்ளுங்கள். கண்களை அகலமாக விரித்து வியப்பை வெளிப்படுத்துங்கள். “ஐயோ! இது பகல் கொள்ளையாக இருக்கிறதே!” என்பதுபோல எதையாவது கூறுங்கள்.

பெரும்பாலான நேரங்களில், இப்படி நீங்கள் உங்களுடைய எதிர்வினையை வெளிப்படுத்துகின்றபோது, உங்களிடம் பேரம் பேசிக் கொண்டிருப்பவர் தன் விலையை உடனடியாகக் குறைத்துவிடுவதைக் கண்டு நீங்களே வியப்படைவீர்கள். உங்களுடைய முதல் முகச்சுளிப்பு விலையைக் குறைப்பதைக் கண்டால், அந்தப் பேரப்பேச்சின் ஊடாக மேலும் சில முறை முகச்சுளிப்பை வெளிப்படுத்துங்கள்.

2. கேள்வி கேட்டுத் துளைத்தல்

நீங்கள் பேரம் பேசிக் கொண்டிருக்கின்ற நபரிடம், “இதுதான் உங்களால் முடிந்த குறைந்த

விலையா?”, “இதைவிடக் குறைவாக உங்களால் கொடுக்க முடியாதா?” என்பன போன்ற கேள்விகளைக் கேளுங்கள்.

நீங்கள் ஒரு பொருளை வாங்கச் செல்கிறீர்கள். அதை விற்பவர் அதற்கு ஏதோ ஒரு விலையைச் சொல்கிறார். அதைக் கேட்டவுடன் கடும் வியப்படைந்ததுபோல நடந்து கொண்டு, சிறிது இடைவெளி விட்டு, “இதுதான் உங்களுடைய சிறந்த விலையா?” என்று கேளுங்கள். பின்னர் சிறிது நேரத்திற்கு ஒன்றுமே பேசாமல் அமைதியாக இருங்கள். விற்றுக் கொண்டிருப்பவருக்கு, விலையை அதற்கு மேல் குறைப்பதற்கு வாய்ப்பிருந்தால், விலையை உடனடியாகக் குறைப்பார்.

உங்களுடைய கேள்விக்குப் பதிலளிக்கின்ற விதமாக அவர் விலையைக் குறைத்தால், “இதற்கு மேல் குறைக்க முடியாதா?” என்று கேளுங்கள். முடிந்த அளவு விலையைக் குறைப்பதற்கு அல்லது நிபந்தனைகளை உங்களுக்குச் சாதகமாக மாற்றுவதற்கு, அதே ரீதியில் மேலும் மேலும் கேள்விகளைக் கேளுங்கள். உங்களுடைய நடத்தை, உங்களிடம் விற்றுக் கொண்டிருப்பவர் உங்களிடம் குறிப்பிட்டுள்ளதைவிடக் குறைந்த விலையில் விற்றிருந்த வேறு யாரையாவது உங்களுக்குத் தெரிந்திருக்குமோ என்ற சந்தேகத்தை அவரிடம் விதைக்கும்.

அடுத்து, “இது குறித்து இன்றே நான் முடிவு செய்வதாக இருந்தால், உங்களால் இன்னும் எவ்வளவு குறைத்துக் கொடுக்க முடியும்?” என்று கேளுங்கள். இந்தக் கேள்வி, அதை விற்றுக் கொண்டிருப்பவரின் மனத்தில், ஒருவேளை விற்பனை கைநழுவிப் போய்விடுமோ என்ற அச்சத்தையும் அவசரத்தையும் ஏற்படுத்தும்.

சில நேரங்களில், “இதைவிடக் குறைந்த விலைக்கு நீங்கள் வேறு யாரிடமும் விற்றதில்லையா?” என்ற ரீதியில் நீங்கள் கேட்கலாம். இதுபோன்ற கேள்விகள் ஒருவரிடம் நேரடியாக வீசப்படுகின்றபோது, பொதுவாக

மக்கள் அதற்கு நேர்மையாகவே பதிலளிக்கத் தாங்கள் கடமைப்பட்டுள்ளவர்களைப்போல நடந்து கொள்வர்.

நீங்கள் ஒரு கடையில், அறைகலன்கள், வீட்டுக்குத் தேவையான உபகரணங்கள் போன்றவற்றை வாங்க முயல்கின்றபோது, அவர்களிடம், "இப்பொருட்களை நீங்கள் தள்ளுபடி விலையில் எப்போது விற்பீர்கள்?" என்று கேட்கலாம்.

பெரும்பாலான விற்பனை நிறுவனங்கள், ஆண்டுக்கு ஒரு முறை அல்லது பல முறை சிறப்புத் தள்ளுபடிகளை வழங்குகின்றன. அதற்கு அந்த விற்பனையாளர், "ஆம், ஆண்டுக்கு ஒரு முறை நாங்கள் சிறப்புத் தள்ளுபடி அளிப்பதுண்டு. ஆனால், ஒரு மாதத்திற்கு முன்பு அது முடிந்துவிட்டது!" என்று கூறுவதாக வைத்துக் கொள்வோம். அப்போது நீங்கள் அவரிடம், "ஓ! அதை நான் தவறவிட்டுவிட்டேன். இப்போதே நான் இப்பொருளை வாங்க முடிவு செய்தால், நீங்கள் தள்ளுபடி நேரத்தில் அளித்துக் கொண்டிருந்த விலையில் அதைக் கொடுக்க முடியுமா?" என்று கேட்கலாம்.

விற்பனையாளர் உங்களுக்கு ஒரு நல்ல விலை கொடுப்பதற்கு ஒரு நியாயமான காரணத்தை நீங்கள் அவருக்கு அளித்தால், பெரும்பாலான நேரங்களில் அவர்கள் அதை உங்களுக்கு அளிக்க முன்வருவர்.

3. நிலைப்பாட்டில் உறுதியாக இருத்தல்

ஒரு குறிப்பிட்டப் பொருளுக்கு ஒருவர் எந்த விலையைக் கூறினாலும், நீங்கள் அவரிடம் உடனடியாக, "இதைவிட மலிவாக இப்பொருளை வேறு ஓரிடத்தில் (அதன் பெயரை நீங்கள் குறிப்பிடலாம்) என்னால் வாங்க முடியும்," என்று தெரிவியுங்கள்.

இப்படி நீங்கள் ஒரு விற்பனையாளரிடம், அவர் விற்றுக் கொண்டிருக்கின்ற அதே பொருளை அவருடைய போட்டியாளர் ஒருவரிடமிருந்து

உங்களால் மலிவான விலைக்கு வாங்க முடியும் என்று கூறுகின்றபோது, அவர்கள் உடனே சற்றுப் பின்வாங்கி, தங்களுடைய விலையை இன்னும் குறைத்துக் கொள்ள முன்வருவர். நீங்கள் அப்படிப்பட்டதொரு கேள்வியை அவரிடம் வீசுகின்றபோது, தான் ஒரு சரியான விலையை உங்களுக்குக் கொடுக்காவிட்டால் நீங்கள் அவருடைய போட்டியாளரிடம் சென்றுவிடக்கூடும் என்ற பயம் அவர்களுக்கு ஏற்படும்.

இது போன்ற பேரப்பேச்சுகளின்போதுகூட நீங்கள் மென்மையாகவும் இங்கிதமாகவும் நடந்து கொள்ளுங்கள். நீங்கள் முரட்டுத்தனமாகவோ அல்லது அதிகாரத் தோரணையிலோ கேட்காமல் ஓர் இனிமையான முறையில் கேட்கின்றபோது, உங்களுக்காக விலையைச் சற்றுக் குறைத்துக் கொள்ள அவர்கள் முன்வருவதை அது எளிதாக்கும்.

4. அடிமாட்டு விலைக்குக் கேட்டல்

நீங்கள் ஒரு பொருளை வாங்கச் செல்கிறீர்கள். அதை விற்பவர் உங்களிடம் அதன் விலை 100 டாலர்கள் என்று கூறுகிறார் என்று வைத்துக் கொள்வோம். நீங்கள் உடனே அவரிடம், "நீங்கள் 50 டாலர்களுக்கு ஒப்புக் கொண்டால், இப்போதே அதை ரொக்கமாகக் கொடுத்து வாங்கிக் கொள்கிறேன்," என்று கூறுங்கள்.

எப்போதெல்லாம் நீங்கள் பணத்தை ரொக்கமாகத் தருவதாகக் கூறுகிறீர்களோ, அப்போதெல்லாம் அப்பொருளின் விலை கணிசமாகக் குறைவதைக் கண்டு நீங்கள் வியப்படைவீர்கள். ரொக்கம் என்ற பேச்சை நீங்கள் எடுத்தவுடன், விற்பனையாளர்கள் விலையைக் குறைத்துக் கொள்வதற்குப் பல காரணங்கள் இருக்கின்றன. மூன்று வெளிப்படையான காரணங்கள் இவை: (1) கடனட்டைப் பயன்பாட்டிற்கு வங்கிகள் எடுத்துக் கொள்கின்ற கமிஷன் இருக்காது (2) சரக்கைத் தொடர்ந்து கையிருப்பில் வைத்திருப்பதற்கான செலவு

குறையும் (3) அவர்களுக்கு 'உடனடித் திருப்தி' உணர்வு ஏற்படும்.

சில நேரங்களில் இப்படியும் நடக்கலாம்: 100 டாலர்கள் விலை என்று கூறப்பட்ட ஒரு பொருளை நீங்கள் 50 டாலர்கள் என்ற அடிமாட்டு விலைக்குக் கேட்கின்றபோது, அதை விற்பவர் அதை உங்களுக்கு 60 டாலர்களுக்குத் தர முன்வரக்கூடும். அப்படி அவர் உங்களுக்கு அளிக்க முன்வருகின்ற விலை, நீங்கள் எதிர்பார்த்திருந்ததைவிட மிகவும் குறைவாக இருப்பதைக் கண்டு நீங்கள் வியப்படையக்கூடும்.

5. குட்டிச் சலுகைகளைக் கேட்டல்

இதில் நீங்கள், "சரி, நீங்கள் கேட்கின்ற விலைக்கு நான் ஒத்துக் கொள்கிறேன். ஆனால், இதை உங்கள் செலவில் என் வீட்டுக்கு அனுப்பி வைக்க வேண்டும்," என்ற ரீதியில் கூறுவீர்கள்.

உங்களுடைய பேரப்பேச்சில் நீங்கள் ஒரு புதிய சலுகையைக் கேட்கின்றபோது, அதை விற்பவர் அதற்குத் தயங்கினால், நீங்கள் அவரிடம் கறாராக, "இதற்கு நீங்கள் ஒத்துக் கொள்ளவில்லை என்றால், வேறு ஓர் இடத்தில் இதை நான் வாங்கிக் கொள்கிறேன்," என்பது போன்ற பதிலைக் கூறுங்கள்.

இந்தத் தந்திரத்தைப் பயன்படுத்துவதற்கு நீங்கள் இப்படிச் செய்ய வேண்டும். இந்தப் பொருளை வாங்கிக் கொள்வதற்கு நீங்கள் ஒத்துக் கொள்ள வேண்டும். அடுத்து, அதன் விலையையும், அது தொடர்பான முக்கியமான நிபந்தனைகளையும் ஏற்றுக் கொள்ள வேண்டும். அது ஒரு முடிந்து போன விவகாரம் என்ற தோற்றத்தை ஏற்படுத்த வேண்டும். தனக்குப் பிடித்த ஒரு விலையில் அதை அவர் உங்களிடம் விற்றுவிட்டதாக அவர் நினைத்துக் கொள்வார். அப்போது நீங்கள் உங்களுடைய கூடுதல் சலுகையைக் கேட்க வேண்டும். நீங்கள் ஒரு வீடு, கார் போன்ற பெரிய பொருட்களை

வாங்குகின்றபோதுகூட இந்தத் தந்திரம் சிறப்பாக வேலை செய்யும்.

இப்படி ஒரு காட்சியை உங்களுடைய மனத்தில் கற்பனை செய்து கொள்ளுங்கள். நீங்கள் ஒரு வீட்டை வாங்க முனைகிறீர்கள். அதற்கான விலையும், அதை நீங்கள் எப்போது பெற்றுக் கொள்ளலாம் என்பதும் முடிவு செய்யப்பட்டுவிட்டன. ஆனால், நீங்கள் ஒப்பந்தத்தில் கையெழுத்திடுவதற்கு முன்பு, அந்த வீட்டை விற்பவரிடம், அந்த வீட்டிலுள்ள அறைகலன்கள், திரைச்சீலைகள், புல் வெட்டும் இயந்திரம் போன்றவற்றை இலவசமாகக் கொடுக்கும்படி கூறுங்கள். இப்படி நீங்கள் கேட்கும்போது, பெரும்பாலானவர்கள் அதற்கு உடனே ஒப்புக் கொண்டுவிடுவர் என்ற செய்தி உங்களுக்கு வியப்பளிக்கலாம்.

என் நண்பர் ஒருவர் ஒரு வீட்டை வாங்குகின்ற முயற்சியில் இறங்கினார். அவருக்குப் பிடித்திருந்த ஒரு வீட்டை விற்க முனைந்தவர்கள், அதற்கு 24 இலட்சம் டாலர்களைக் கேட்டனர். ஓர் ஆறு மாதகாலப் பேரப்பேச்சிற்குப் பிறகு, அந்த வீட்டின் சொந்தக்காரர்களாக இருந்த வயதான தம்பதியர் அதை என் நண்பர் கேட்ட 10 இலட்சம் டாலர்களுக்கு விற்க முன்வந்தனர். அவர்களுடைய முதுமை, அந்த வீட்டை நிர்வகிப்பதற்கான செலவு போன்ற காரணங்களால் அவர்கள் அந்த வீட்டைக் கை கழுவுவதில் குறியாக இருந்ததால் அவர்கள் அதற்கு ஒத்துக் கொண்டனர். என் நண்பர் பேரப்பேச்சில் வல்லவர். எல்லாம் முடிந்த அந்த நிலையில், என் நண்பர் அவர்களிடம், "நீங்கள் கேட்கின்ற விலை, இந்த வீட்டிலுள்ள அறைகலன்கள் மற்றும் இதிலுள்ள கலை வேலைப்பாடுகளுக்கும் சேர்த்துத்தானே?" என்று கேட்டார்.

அந்த வீடு மிகவும் நேர்த்தியாக அலங்கரிக்கப்பட்டிருந்தது. அதிலிருந்த அறைகலன்கள் மற்றும் கலை வேலைப்பாடுகளின் மதிப்பு 1 இலட்சம் டாலர்கள் இருக்கும். ஆனால், அவற்றை எங்கு

வைத்துக் கொள்வது என்பது அந்த முதியவர்களுக்குப் பிரச்சனையாக இருந்ததால், "சரி, ஒழியட்டும்!" என்று நினைத்துக் கொண்டு அதற்கும் அவர்கள் ஒப்புக் கொண்டனர். இறுதியில் என் நண்பர் ஒரு நல்ல வீட்டை, ஒரு நல்ல விலையில் கூடுதல் அம்சங்களுடன் வாங்கிவிட்டார்.

அத்தியாயம் பத்தொன்பது

வெளிநடப்பு உத்தி

பேரப்பேச்சின் மிகவும் ஆற்றல்வாய்ந்த உத்தி இது. ஒரு பரிவர்த்தனையின்போது, நீங்கள் உங்களுடைய மிக முக்கியமான இலக்குகளை அடைய முடியாமல் போனால், அதிலிருந்து வெளிநடப்பு செய்யத் தயாராக இல்லாமல் ஒருபோதும் அந்தப் பேரப்பேச்சிற்குள் நுழையக்கூடாது.

பன்னிரண்டாம் அத்தியாயத்தில், பல விருப்பத்தேர்வுகளை உருவாக்கிக் கொள்வதன் முக்கியத்துவத்தைப் பற்றி நாம் பார்த்தோம். நீங்கள் ஒரு பேரப்பேச்சில் ஈடுபடுகின்றபோது, எதிர்த்தரப்பாளரின் தேவைகள் என்ன, அவர் எதை விரும்புகிறார், அவருடைய பிரச்சனைகள் என்ன போன்றவற்றைப் பற்றித் தெரிந்து கொள்வது முக்கியமானது. அப்போதுதான், விலை அல்லது வேறு நிபந்தனைகள் உங்களுக்குப் பிடிக்கவில்லை என்றால்

அந்தப் பேரப்பேச்சிலிருந்து உங்களால் வெளிநடப்பு செய்ய முடியும்.

பல விருப்பத்தேர்வுகள் இல்லாமல் ஒரு பேரப்பேச்சிற்குள் நுழைவது என்பது, ஏதோ ஒரு வழியில் எதிர்த்தரப்பு நபருடன் ஒத்துப் போவதைத் தவிர வேறு வழியில்லாமல் அதற்குள் நுழைவதைப் போன்றது. உங்களிடம் தேர்ந்தெடுப்பதற்கு விருப்பத்தேர்வுகள் இல்லையென்றால் நீங்கள் எதைத் தேர்ந்தெடுப்பீர்கள்? உங்களுக்குத் தேர்ந்தெடுப்பதற்கு எதுவும் இல்லை என்றால், உங்களுக்குச் சுதந்திரம் இருக்காது. உங்களுக்கு எவ்வளவு அதிக சுதந்திரம் இருக்கிறதோ, அந்த அளவுக்கு உங்களுக்குச் சாதகமான அம்சங்களை அந்தப் பேரப்பேச்சிலிருந்து உங்களால் பெற முடியும்.

எந்தவொரு பேரப்பேச்சிலிருந்தும் வெளிநடப்பு செய்யத் தயாராக இருக்க வேண்டும்

நான் எந்தவொரு பேரப்பேச்சிற்குள் நுழைந்தாலும், அதிலிருந்து வெளிநடப்பு செய்வதற்கான வழி அதில் இருக்குமாறு நான் பார்த்துக் கொள்வேன். அது எனக்குப் பெரும் வலுவை அளிக்கிறது. அப்படிப்பட்ட வாய்ப்புகளுடன் அதில் நான் நுழைகின்றபோது, எப்போதுமே எனக்குச் சாதகமான அம்சங்களை அப்பேரத்திலிருந்து நான் பெற்றுள்ளேன்.

நீங்கள் ஒன்றை வாங்குகின்றபோது மிகக் குறைந்த விலையில் அதைப் பெறுவதற்கும், நீங்கள் ஒன்றை விற்கின்றபோது மிக அதிகமான விலையைப் பெறுவதற்கும் நீங்கள் இந்த வெளிநடப்பு உத்தியைப் பயன்படுத்தலாம். பொதுவாகப் பேரப்பேச்சுகளின்போது, நான், “கடைசி முறையாக உங்களுடைய சிறந்த விலையைக் கூறுங்கள். நான் அதை வாங்கிக் கொள்கிறேனா இல்லையா என்பதைக் கூறுகிறேன்,” என்று கூறுவேன்.

நிலைமையை உங்களுக்குச் சாதகமாக ஆக்கிக் கொள்ளுங்கள்

நான் இதுபோலக் கூறுகின்றபோது, அது என்னுடன் பேரப்பேச்சில் ஈடுபட்டிருப்பவரை நிலைகுலைய வைத்துவிடுகிறது. அவர்கள் பொதுவாக ஒரு விலையிலிருந்து துவக்கிப் படிப்படியாக விட்டுக்கொடுத்து வருவார்கள். ஆனால், நான் எடுத்த எடுப்பிலேயே இப்படிக் கூறுகின்றபோது, அவர்கள் நியாயமான விலையைக் கூறாவிட்டால் நான் அங்கிருந்து வெளிநடப்பு செய்துவிடுவேன் என்ற நிலையை அவர்கள் எதிர்கொள்ள வேண்டியதாகிவிடுகிறது.

பொதுவாக இந்த அணுகுமுறையால், எதிர்த்தரப்பாளர், தான் முதலில் கூற உத்தேசித்திருந்த விலையைவிடக் குறைவான விலையிலிருந்தே தொடங்க வேண்டிய கட்டாயத்திற்கு ஆளாவார்.

வாதப் பிரதிவாதங்களில் ஈடுபட மறுத்துவிடுங்கள்

நான் ஒரு பேரத்தை வேகமாக முடிக்க நினைக்கின்றபோது, வாதப் பிரதிவாதங்களில் ஈடுபட முனைவதில்லை. குறைந்தபட்ச விலை என்ன என்று நான் நேரடியாகவே கேட்டுவிடுவேன். இதைப் பயன்படுத்தி, வீடுகள், கார்கள், வீட்டு உபயோகப் பொருட்கள் போன்றவற்றை நான் வாங்கியிருக்கிறேன். நான் ஒரு பொருளை விற்கின்றபோது, நேரடியாக, “இதுதான் என்னுடைய குறைந்தபட்ச விலை. இதற்குக் கீழே என்னால் போக முடியாது. உங்களுக்குக் கட்டுப்படியாகாது என்று நீங்கள் நினைத்தால், அதை என்னால் புரிந்து கொள்ள முடியும்,” என்று கூறிவிடுவேன்.

சில நேரங்களில் மக்கள் என்னிடம் இவ்வாறு

கேட்பார்கள்: "நீங்கள் உண்மையிலேயே ஒரு பொருளை வாங்க விரும்புகிறீர்கள். இப்படிக் கூறுவதன் மூலம் உங்களுக்கு நீங்களே ஒரு வேலி அமைத்துக் கொள்கிறீர்களே!"

அதற்கான தீர்வு எளிது. வெளிநடப்பு என்பது பேரப்பேச்சில் கடைபிடிக்கப்படுகின்ற பல உத்திகளில் ஒன்று என்பதை நீங்கள் நினைவில் கொள்ள வேண்டும். நீங்கள் அந்த அறையிலிருந்து அல்லது அந்தக் கடையிலிருந்து வெளியே சென்றுவிட்டு மீண்டும் அங்கு வர வேண்டும். இதற்கான அடிப்படை இதுதான்: நீங்கள் வெளிநடப்பு செய்கிறீர்கள் என்று அச்சுறுத்தாதவரை, எது சிறந்த விலை என்பதை உங்களால் ஒருக்காலும் அறிந்து கொள்ள முடியாது.

கார் வாங்கியதிலிருந்து ஒரு படிப்பினை

ஒரு முறை, நான் என் மனைவிக்கு ஒரு புது கார் வாங்கிக் கொடுக்க விரும்பினேன். அவருக்குப் பிடித்தக் கார்களை விற்கின்ற விற்பனையகத்திற்கு நாங்கள் இருவரும் சென்றோம். கார் வாங்குதல் மற்றும் விற்றலில் நல்ல அனுபவமுள்ள இரண்டு நண்பர்களையும் நாங்கள் எங்களுடன் அழைத்துச் சென்றிருந்தோம்.

என் மனைவிக்குப் பிடித்த ஒரு காரை முடிவு செய்த பின், நாங்கள் பேரம் பேசுவதற்காக அமர்ந்தோம். நான் எடுத்த எடுப்பிலேயே அவர்களிடம், "நான் இந்தக் கார் தொழிலில் பல ஆண்டுகளாக வேலை பார்த்திருக்கிறேன். இந்தக் கார்களின் அடக்க விலை என்ன, இதன் இலாப சதவீதம் என்ன என்பதை நான் துல்லியமாக அறிவேன். அதனால், இந்தக் காருக்கு உங்களுடைய மிகச் சிறந்த விலை என்ன என்று கூறுங்கள். அது எனக்கு ஏற்புடையதா இல்லையா என்பதை நான் உடனடியாகக் கூறிவிடுகிறேன்," என்று கூறினேன்.

அதைக் கேட்டு ஒரு பெரிய புன்னகையைத் தன்

முகத்தில் படரவிட்ட அந்த விற்பனையாளர், நான் கூறியது தனக்கு ஏற்புடையதுதான் என்று கூறினார். அதை 30,000 டாலர்களுக்கு விற்கத் தயாராக இருந்ததாக அவர் தெரிவித்தார். அதை அவர்கள் 25,000 டாலர்களுக்கு விற்றாலே அவர்களுக்கு நல்ல இலாபம் கிட்டும் என்பதை நான் அறிவேன்.

அதற்கு நான் அவரிடம், "நான் இதற்கு வரிகளையும் சேர்த்து 25,000 டாலர்களை இப்போதே ரொக்கமாகக் கொடுக்கத் தயாராக இருக்கிறேன்," என்று கூறினேன்.

ஆனால், அந்த விற்பனையாளர் அதை ஏற்றுக் கொள்ள மறுத்தார். அதனால், நாங்கள் நான்கு பேரும் அங்கிருந்து எழுந்து அந்தக் கடையின் வளாகத்திலிருந்த கார் நிறுத்துமிடத்தை நோக்கி நடக்கத் தொடங்கினோம். எங்கள் பின்னாலேயே ஓடி வந்த அந்த விற்பனையாளர், தான் தன்னுடைய மேலாளரிடம் பேசிவிட்டு வருவதாக எங்களிடம் தெரிவித்தார். அவர் தன் மேலாளரிடம் விவாதித்து வந்துவிட்டு, தன்னால் அளிக்க முடிந்த மிகச் சிறந்த விலை, 28,995 டாலர்கள் என்று கூறினார். இப்போதும் நாங்கள் அங்கிருந்து வெளிநடப்பு செய்தோம்.

இப்படி நாங்கள் வெளிநடப்பு செய்வதும், அவர் எங்கள் பின்னால் வருவதுமாக மூன்று நான்கு முறை நடந்தது. இறுதியில் அவர் எங்களுக்கு அந்தக் காரை 25,000 டாலர்களுக்கு விற்கச் சம்மதித்தார்.

நீங்கள் வெளிநடப்பு செய்கிறீர்கள் என்று அச்சுறுத்தாதவரை, எது சிறந்த விலை என்பதை உங்களால் ஒருக்காலும் அறிந்து கொள்ள முடியாது என்பதை நினைவில் கொள்ளுங்கள். வெளிநடப்பு செய்வதற்கான துணிச்சலை நீங்கள் வளர்த்துக் கொள்ள வேண்டும். அதை நீங்கள் மீண்டும் மீண்டும் செய்கின்றபோது, அது உங்களுடைய பேரப்பேச்சுத் திறமையின் ஓர் அங்கமாக ஆகிவிடும்.

அத்தியாயம் இருபது

பேரப்பேச்சுகள் ஒருபோதும் அறுதியானவை அல்ல

பேரப்பேச்சை ஒரு தொடர் நடவடிக்கையாகப் பார்க்க வேண்டும். எந்தவொரு பேரமும் அறுதியானது அல்ல. உங்களுக்குக் கிடைத்திருக்கின்ற ஒரு புதிய தகவல் உங்களுடைய பேரப்பேச்சுச் சூழல் குறித்த உங்களுடைய கண்ணோட்டத்தை மாற்றினால், பேரப்பேச்சில் ஈடுபட்டிருந்தவர்களிடம், அதை மறுபரிசீலனை செய்ய வேண்டும் என்ற கோரிக்கையை நீங்கள் வைக்கலாம்.

நாம் ஏற்கனவே சீன ஒப்பந்தத்தைப் பற்றிப் பார்த்துள்ளோம். நீங்கள் பேரப்பேச்சில் ஈடுபட்டிருக்கின்ற ஒரு நபருடன் வருங்காலத்தில் பல முறை மீண்டும் மீண்டும் உடன்பாடு செய்து கொள்ள நீங்கள் உத்தேசித்திருக்கின்ற பட்சத்தில், அவருடைய

மகிழ்ச்சியில் நீங்கள் அக்கறை கொண்டிருப்பது அவசியம். இதுபோன்ற ஒருவருடன் நீங்கள் செய்து கொண்டிருந்த ஒப்பந்தச் சூழல் மாறி, அதன் விளைவாக அவர் மகிழ்ச்சியாக இல்லையெனில், உங்களை மீண்டும் வந்து சந்திக்கும்படி நீங்கள் அவருக்கு அழைப்பு விடுக்கலாம்.

ஒரு பேரப்பேச்சு முடிந்துவிட்டது என்ற காரணத்தால், நீங்கள் அதற்குள் மாட்டிக் கொண்டுவிட்டீர்கள் என்று பொருமிக் கொண்டிருக்க வேண்டியதில்லை. மீண்டும் அந்த நபரிடம் சென்று ஒப்பந்தத்தின் நிபந்தனைகளை மாற்றிக் கொள்ளுமாறு கேட்பதற்கு நீங்கள் எப்போதுமே தயாராக இருக்க வேண்டும். அதிகபட்சமாக, அவர்களால் முடியாது என்று கூற முடியும், அவ்வளவுதானே? உங்களுடைய ஒப்பந்தம் நீண்டகால நோக்கில் இருந்தால், பொதுவாக, அதில் ஈடுபட்டுள்ளவர்கள், மாறிய சூழ்நிலையைக் கருத்தில் எடுத்துக் கொண்டு உங்களை மகிழ்ச்சிப்படுத்தவே பார்ப்பர்.

பதிலுக்கு எதையாவது அளியுங்கள்

ஏற்கனவே போடப்பட்டிருந்த ஒப்பந்தத்தை மறுபரிசீலனை செய்ய வேண்டும் என்ற கோரிக்கையுடன் நீங்கள் எதிர்த்தரப்பாளரை அணுகும்போது, பதிலுக்கு நீங்கள் எதையாவது அளிக்க முன்வர வேண்டும். மறுபரிசீலனை செய்ய வேண்டும் என்ற கோரிக்கையை நீங்கள் முன்வைக்கின்றபோது, அதனால் தனக்கும் சில ஆதாயங்கள் விளையக்கூடும் என்ற எண்ணம் இருந்தால் ஒழிய எதிர்த்தரப்பாளர் அதைப் பரிசீலிக்க ஒருக்காலும் முன்வர மாட்டார். உங்களுடைய மறுபரிசீலனைக் கோரிக்கை ஏதாவது ஒரு விதத்தில் அவருக்குச் செலவு வைக்கும் என்பதால், நீங்கள் அவரை அணுகுவதற்கு முன்பாக, இந்தப் புதிய ஏற்பாட்டால் அவருக்கு என்ன நன்மை விளையக்கூடும் என்பது குறித்து யோசிக்க

வேண்டியது உங்களுடைய பொறுப்பு.

மறுதரப்பில் இருப்பவர், ஏற்கனவே போடப்பட்டிருந்த ஒப்பந்தத்தை மறுபரிசீலனை செய்வதற்கு ஒப்புக் கொண்டால், அவருக்கு என்ன நன்மைகள் கிடைக்கும் என்பது குறித்துத் தீவிரமாக அலசி ஆராய்ந்து, அவற்றை நீங்கள் ஒரு பட்டியலாகத் தயாரித்துக் கொள்ளலாம். அதை அடிப்படையாக வைத்து, நீங்கள் உங்களுடைய எதிர்த்தரப்பாளரிடம் மறுபரிசீலனைப் பேச்சுவார்த்தையைத் தொடங்கலாம்.

உங்களுடைய வங்கிக்குச் செல்லுங்கள்

என்னுடைய தொழிலின் தொடக்கக் காலத்தில், நான் சில நிதி நெருக்கடிகளைச் சந்தித்தேன். நாட்டின் பொருளாதாரம் திடீரென்று சரிந்துவிட்டதால், என்னுடைய தொழிலும் பாதிக்குப் பாதியாகச் சுருங்கிவிட்டது. நான் வங்கியில் கடன் வாங்கியிருந்தேன். அதற்கான தவணையைக் கட்ட முடியாமல் நான் தவித்தேன்.

அப்போது வங்கி வட்டாரங்களில் மறைந்திருந்த இரகசியம் ஒன்றை நான் கண்டுபிடித்தேன். ஒரு வாடிக்கையாளரால் கடனைத் திருப்பிக் கட்ட முடியாமல் போனால், அவருக்குக் கடன் கொடுத்திருந்த வங்கி மேலாளர்களுக்கு அவப்பெயர் ஏற்படும், அவர்கள் தங்களுடைய மேலதிகாரிகளால் வறுத்தெடுக்கப்படுவர் என்பதை நான் அறிந்தேன். வங்கியில் நீங்கள் வாங்கியுள்ள கடனுக்கு வெறும் வட்டியை மட்டும் தொடர்ந்து கட்டிக் கொண்டிருந்தால், வங்கியைப் பொறுத்தவரை அந்தக் கடன் ஒரு மோசமான கடனாகக் கருதப்படாது. நீங்கள் வாங்கியிருந்த கடனின் அசல் குறையாமல் அப்படியே இருந்தாலும், யாரும் அதனால் பிரச்சனைக்குள்ளாக மாட்டார்கள்.

இதைத் தெரிந்து கொண்ட நான், என் வங்கி மேலாளரை அணுகி, என் தொழில் பழைய நிலைக்குத்

திரும்பும்வரை, நான் வாங்கியிருந்த கடனுக்கு மாதாமாதம் வட்டியை மட்டும் கட்டிவிடுகிறேன் என்றும், அதற்கு அவர் ஒப்புக் கொள்ள வேண்டும் என்றும் நான் அவரிடம் கோரினேன்.

அவர் உடனடியாக அதற்கு ஒப்புக் கொண்டது எனக்கு வியப்பளித்தது. அவர் உடனே, வங்கியில் நான் வாங்கியிருந்த கடனின் அப்போது நிலுவையிலிருந்த தொகையைக் கணக்கிட்டு, அடுத்தச் சில மாதங்களுக்கு நான் கட்ட வேண்டிய வட்டிப் பணத்தைக் குறிப்பிட்டு, அதை என்னால் ஒழுங்காகக் கட்ட முடியுமா என்று கேட்டார்.

அது என்னால் முடியும் என்று நான் அவருக்கு உறுதியளித்தேன். அவர் என்னோடு கைகுலுக்கி என்னை வழியனுப்பி வைத்தார். அதன் விளைவாக எங்களுடைய உறவு மோசமடையாமல் போனது.

உங்களுக்குக் கடன் கொடுத்தவர்களை அழைத்துப் பேசுங்கள்

மற்றொரு முறை என் தொழில் சிக்கலுக்கு உள்ளானபோது, என்னால் என் செலவுகளைச் சமாளிக்க முடியவில்லை. வாடகை, அச்சகத்திற்குக் கொடுக்கப்பட வேண்டிய பாக்கி, மின் கட்டணங்கள், ஒலிப்பதிவுக் கட்டணங்கள், வழக்கறிஞர் கட்டணங்கள் மற்றும் இதர வர்த்தகச் செலவுகள் போன்றவை ஆயிரக்கணக்கான டாலர்கள் சேர்ந்துவிட்டன. அது ஒரு மிக மோசமான சூழ்நிலையாக இருந்தது.

எனக்குக் கடன் கொடுத்திருந்தவர்களின் அழைப்புகளை உதாசீனப்படுத்துவதற்குப் பதிலாக, நான் அவர்களின் பட்டியல் ஒன்றைத் தயாரித்து, அவர்களை ஒவ்வொருவராக நேரில் சென்று பார்த்தேன். அவர்கள் அனைவரிடமும் நான் என் நிலைமையை எடுத்துரைத்தேன்.

“நாட்டைப் புரட்டிப் போட்டுக் கொண்டிருக்கின்ற

இந்தப் பொருளாதார நெருக்கடி என்னையும் விட்டுவைக்கவில்லை. என் தொழில் கடுமையான பாதிப்புக்கு உள்ளாகியுள்ளது. ஆனால், நம்பிக்கை ஒளிக்கீற்று எனக்குத் தெரிகிறது. மூன்றிலிருந்து ஆறு மாதங்களுக்கு உள்ளாகவே என்னுடைய தொழில் பெருமளவு மீண்டுவிடும். அப்போது உங்களுடைய பாக்கி அனைத்தையும் வட்டியுடன் சேர்த்து என்னால் முழுவதுமாகக் கொடுத்துவிட முடியும். ஆனால், நீங்கள் தொடர்ந்து என்னைத் தொடர்பு கொண்டு பணத்தைக் கொடுக்குமாறு நச்சரித்தால், என் தொழில் திவாலாகிவிட்டதாக அறிவித்துவிட்டு நடையைக் கட்டிவிடுவேன். அப்போது உங்களுக்கு ஒரு சல்லிக்காசுகூடக் கிடைக்காது. என்ன செய்யலாம்?"

தொழிலுலகில் இருப்பவர்கள் நெகிழ்வுத்தன்மையுடன் இருப்பர்

அவர்கள் ஆற்றிய எதிர்வினை எனக்கு மீண்டும் வியப்பளித்தது. அவர்கள் என்னிடம், "மாதாமாதம் ஒரு சிறு தொகையை எங்களுக்கு அளித்துக் கொண்டிருக்க நீங்கள் ஒப்புக் கொண்டால், உங்களுடைய கடனை வராக் கடனாக மாற்றாமல் எங்களால் பார்த்துக் கொள்ள முடியும். உங்களுடைய தொழிலில் நீங்கள் தலை நிமிர்கின்றவரை இந்த ஏற்பாட்டை நாம் தொடரலாம். எல்லாம் சரியானவுடன் நீங்கள் மொத்தப் பணத்தையும் கொடுத்துவிடுங்கள்," என்று கூறினர்.

நான் அவர்களிடம் வாக்களித்தபடி நடந்து கொண்டேன். அவர்களும் தங்களுடைய வாக்கைக் காப்பாற்றினர். ஆறு மாதங்களுக்குள் என்னுடைய தொழில் மறுபடியும் பழைய நிலையை அடைந்தது. நான் அவர்கள் அனைவரின் கடனையும் வட்டியும் முதலுமாக முழுமையாகத் திருப்பிக் கட்டிவிட்டேன்.

நீங்கள் கடந்தகாலத்தில் மேற்கொண்ட ஓர்

ஒப்பந்தத்தின் காரணமாக இப்போது ஒரு மோசமான சூழ்நிலையில் மாட்டிக் கொண்டிருந்தால், அல்லது புதிய சூழ்நிலையின் காரணமாக உங்களால் செலவுகளைத் தாக்குப் பிடிக்க முடியாவிட்டால், அவர்களிடம் திரும்பிச் சென்று, நிபந்தனைகளை மறுசீரமைத்துக் கொள்ளக் கோர பயப்படாதீர்கள். நீங்கள் நியாயமாக நடந்து கொண்டு ஒரு நியாயமான தீர்வை முன்மொழிந்தால், மறுதரப்பினரும் உங்களிடம் நியாயமாக நடந்து கொள்வதைக் கண்டு நீங்கள் வியப்பீர்கள்.

அத்தியாயம் இருபத்தொன்று

வெற்றிகரமான பேரப்பேச்சாளர்

ஒரு வெற்றிகரமான பேரப்பேச்சாளரின் முத்திரைகள் என்னென்ன? நீங்கள் அப்படிப்பட்ட ஒருவரா என்பதை எப்படிக் கண்டுபிடிப்பது? வெற்றிகரமான பேரப்பேச்சாளர்களை நீங்கள் அவதானித்தால், பொதுவாக அவர்கள் கடைபிடிக்கின்ற நடைமுறைகளையும், அவர்களிடம் காணப்படுகின்ற பண்புநலன்களையும் உங்களால் கண்டுபிடிக்க முடியும்.

முதலாவது, பேரப்பேச்சை, வாழ்நாள் முழுவதும் நீடிக்கின்ற, ஒருபோதும் முடிவுக்கு வராத ஒரு செயல்முறையாக அவர்கள் கருதுகின்றனர். வாழ்க்கையை, முரண்பட்ட நலன்களுக்கு இடையே விட்டுக்கொடுத்தும் சமரசம் செய்து கொண்டும் செல்கின்ற ஒன்றாக அவர்கள் பார்க்கின்றனர். அது ஒருவருடைய வாழ்க்கையின் அனைத்து அம்சங்களிலும் தினந்தோறும் தொடர்ந்து கொண்டிருக்கிறது. ஒரு

விதத்தில் பார்த்தால், இது 'உனக்கும் வெற்றி, எனக்கும் வெற்றி' செயல்முறைதான் என்றாலும், சில நேரங்களில் அதன் விளைவுகள் தேவையற்றவையாகவும் விரும்பத்தகாதவையாகவும் இருக்கின்றன.

சிறந்த பேரப்பேச்சாளர்கள், பேரப்பேச்சுகளை ஒரு திறந்த மனத்துடன் அணுகுகின்றனர். மாறுகின்ற சூழலுக்கு ஏற்ப அவர்கள் தங்களைத் தகவமைத்துக் கொள்கின்றனர். தங்களுடைய நிலைப்பாட்டை அவர்கள் ஒருபோதும் நெகிழ்வுத்தன்மையின்றி வைத்துக் கொள்வதில்லை. மோசமான பேரப்பேச்சாளர்கள், மனத்தில் ஒரே ஒரு நோக்கத்தை வைத்துக் கொண்டு, சூழல்கள் மாறினாலும்கூட அதற்காகப் போராடிக் கொண்டிருப்பர்.

சிறந்த பேச்சாளர்கள் நெகிழ்வுத்தன்மையுடன் இருப்பர். ஒரு பேரப்பேச்சின்போது, இரு தரப்புக்கும் பொதுவான இலக்குகளை அவர்கள் விரைவாக அடையாளம் கண்டுகொள்வர். ஒரு புதிய தகவலின் அடிப்படையில் மாற்றங்கள் மேற்கொள்ளப்பட்டால் அது மேம்பட்ட விளைவுகளை ஏற்படுத்தும் என்பது அவர்களுக்குத் தெரிந்தால், தங்களுடைய நிலைப்பாட்டை மாற்றிக் கொள்ள அவர்கள் தயங்குவதில்லை.

வெற்றிகரமான பேரப்பேச்சாளர்கள், மோதல் போக்கைக் கடைபிடிப்பதில்லை, ஓர் ஐக்கிய மனப்பான்மையுடன் செயல்படுகின்றனர். அவர்கள் பேரப்பேச்சுகளை ஒரு மோதல் களமாகப் பார்ப்பதில்லை. தங்களைச் சாதகமான நிலையில் இருப்பவர்களாகவும் அவர்கள் நினைத்துக் கொள்வதில்லை.

தலைசிறந்த பேரப்பேச்சாளர்கள் போட்டி மனப்போக்கைக் கொண்டிருப்பதில்லை. மாறாக, அவர்கள் படைப்பாற்றலுடன் செயல்படுகின்றனர். அவர்கள் ஒரு பேரப்பேச்சில் தங்களுக்கு வெற்றி கிடைப்பதில் கவனத்தைக் குவிப்பதில்லை. மாறாக, இரு தரப்புக்கும் மகிழ்ச்சி ஏற்படுத்துகின்ற ஒரு தீர்வைக்

கண்டுபிடிக்க அவர்கள் முயற்சிக்கின்றனர்.

இறுதியாக, எல்லாவற்றையும்விட, அவர்கள் பிறரைத் தங்களுக்குச் சாதகமாக வளைத்துக் கொள்வதற்காகச் சூழ்ச்சியுடன் செயல்படுவதில்லை. தங்களுக்கு வெற்றியும் எதிர்த்தரப்பாளருக்குத் தோல்வியும் கிடைக்க வேண்டும் என்பது அவர்களுடைய நோக்கமாக இருக்காது. எனவே, அவர்கள் நயவசகமாகச் செயல்படுவதில்லை.

ஒரே ஒரு முறை நிகழ்கின்ற பேரப்பேச்சுகளின்போது, சிறந்த பேரப்பேச்சாளர்கள், அதிலிருந்து தங்களுக்குச் சிறப்பான பயன்கள் கிடைப்பதை உறுதி செய்து கொள்வதற்குத் தங்களால் முடிந்த அனைத்தையும் செய்வர். அந்தப் பேரப்பேச்சின் விளைவு என்னவாக இருந்தாலும், தான் அந்த நபரை மீண்டும் சந்திக்கப் போவதில்லை என்பதை அவர் அறிந்திருப்பார். அந்தப் பேரப்பேச்சின் ஒரே இலக்கு, தனக்கு மிகச் சிறந்த பயன்களைப் பெற்றுக் கொள்வதுதான் என்ற புரிதலுடன் அவர் செயல்படுவார்.

ஆனால், தொழில் தொடர்பான பேரப்பேச்சுகளில், அதில் ஈடுபட்டுள்ள இருவரும் மீண்டும் இணைந்து பணியாற்றுவதற்கான சாத்தியக்கூறுகள் இருப்பதால், முதல் பேரப்பேச்சு முடிவதற்கு முன்பாக, அடுத்தப் பேரப்பேச்சைப் பற்றி அவர் நினைத்துக் கொண்டிருப்பார். அவருடைய சிந்தனை நீண்டகால நோக்கில் இருக்கும்.

நான் பல ஆண்டுகளாக இந்தப் பேரப்பேச்சுக் களத்தில் இயங்கிக் கொண்டிருக்கிறேன். வெற்றிகரமாகச் செயல்பட்டுக் கொண்டிருக்கின்ற பேரப்பேச்சாளர்கள் எவரும் மலிவான தந்திர உத்திகளைப் பயன்படுத்தி நான் பார்த்ததில்லை. "பேரப்பேச்சில் இடத்தை மாற்றிக் கொண்டு யோசித்தல்", "நல்லவன்/கெட்டவன் என்று மாற்றி மாற்றி வேடம் போடுதல்" போன்ற உத்திகளைப் பயன்படுத்தி, உளவியல்ரீதியாக மக்களை உங்கள் இஷ்டத்திற்கு எப்படி வளைப்பது என்பது

குறித்து ஏகப்பட்ட நூல்கள் பரிந்துரைக்கின்றன; இது தொடர்பாகக் கருத்தரங்குகள்கூட நடத்தப்படுகின்றன. இவை எதார்த்த உலகில் அரிதாகவே வெற்றிகரமாகச் செயல்படுகின்றன.

எதார்த்த உலகில், நேர்மறையாகவும், வெளிப்படைத்தன்மையுடனும், தாங்கள் என்ன சாதிக்க விரும்புகிறோம் என்பது குறித்தத் தெளிவுடனும், பேரப்பேச்சின் முடிவு எல்லோருக்கும் சாதகமாக இருக்க வேண்டும் என்ற சிந்தனையுடனும் இருக்கின்ற நபர்களே வெற்றிகரமான பேரப்பேச்சாளர்களாகத் திகழ்கின்றனர்.

ஒரு வெற்றிகரமான பேரப்பேச்சாளராக விளங்குவதற்கு நீங்கள் ஒரு சூழ்ச்சிக்காரராகவும், பிறரை உங்கள் இஷ்டத்திற்கு வளைப்பவராகவும் இருக்க வேண்டிய அவசியமில்லை. அதை ஒரு நேர்மையான, வெளிப்படையான முறையிலும், இரு தரப்புக்கும் வெற்றி கிட்டுகின்ற விதத்திலும் உங்களால் செய்ய முடியும்.

நான்கு அடிப்படைகள்

வெற்றிகரமான பேரப்பேச்சுகள் அனைத்தும் நான்கு அம்சங்களை அடிப்படையாகக் கொண்டிருக்கின்றன. இவற்றை நீங்கள் நினைவில் வைத்துக் கொண்டால், உங்களால் ஒரு வெற்றிகரமான பேரப்பேச்சாளராக உருவாவதுடன், தொடர்ந்து அப்படியே நீடித்துக் கொண்டிருக்கவும் முடியும்.

1. அனைத்துத் தகவல்களையும் சேகரித்து அனைத்து முன்தயாரிப்புகளையும் மேற்கொள்ளுங்கள்

ஒரு பேரப்பேச்சில் யார் அதிகமான தகவல்கள், அதிகமான விருப்பத்தேர்வுகள், அதிகமான அறிவு,

அதிகமான மாற்று ஏற்பாடுகள் ஆகியவற்றைச் சொந்தமாக்கிக் கொண்டிருக்கிறாரோ, அவர் பக்கம்தான் எப்போதுமே அதிக சக்தி இருக்கும். அதனால், எதிர்த்தரப்பு இருக்கும் சூழல், அவருக்கு என்ன வேண்டும், அவருடைய தேவைகள் என்ன போன்றவற்றைக் கூடியவரை முன்கூட்டியே தெரிந்து கொண்டு உங்களைத் தயார் நிலையில் வைத்துக் கொள்ளுங்கள்.

2. உங்களுக்கு என்ன தேவையோ அதைக் கேளுங்கள்

கேட்டுப் பெறுவதே வெற்றியை அடைவதற்கான எளிய வழி. ஒரு பேரப்பேச்சின்போது, எதிர்த்தரப்பாளரிடம், “நாம் பேரப்பேச்சைத் தொடங்குவதற்கு முன்பாக, இதிலிருந்து நான் என்ன எதிர்பார்க்கிறேன் என்பதை உங்களிடம் கூறிவிடுகிறேன்,” என்று சொல்லிவிடுங்கள். ஒரு பேரப்பேச்சிற்குள் நுழைகின்றபோது, நிறைய சலுகைகளைக் கேளுங்கள். குறிப்பாக, விலை மற்றும் நிபந்தனைகள் குறித்த உங்களுடைய எதிர்பார்ப்பை முதலிலேயே முன்வையுங்கள். ஏனெனில், இவை எதேச்சையானவை, விவாதத்திற்கு உட்படக்கூடியவை, மாறுதலுக்கு உட்பட்டவை.

3. வெற்றி-வெற்றி தீர்வுக்கு முயற்சி செய்யுங்கள்

தொழில் தொடர்பான நீண்டகால ஏற்பாடுகளில், எதிர்த்தரப்பாளருக்கு அனுகூலமற்ற நிலையை ஏற்படுத்துகின்ற விதத்தில் இருக்கின்ற ஒப்பந்தங்களை ஏற்படுத்திக் கொள்ள ஒருபோதும் முயலாதீர்கள். இருவருமே வெற்றியாளர்களாகத் திகழ்கின்ற விதத்தில் இருந்தால் மட்டுமே ஒப்பந்தத்தில்

ஈடுபடுங்கள். இல்லையெனில், அந்த ஒப்பந்தத்தையே முறித்துவிடுங்கள். வாழ்க்கை என்பது நீண்டது, உங்களிடமிருந்து செல்வது ஒரு வட்டமடித்து உங்களிடமே மீண்டும் திரும்பி வரக்கூடும் என்பதை நினைவில் வைத்திருங்கள். இன்று நீங்கள் போடுகின்ற ஓர் ஒப்பந்தம் எதிர்த்தரப்புக்குச் சாதகமற்ற நிலையில் இருந்தால், உங்களுடைய வாழ்க்கையில் பின்னர் ஒரு நாள் அது உங்கள்மீது பாயக்கூடும். தொடக்கத்தில் நீங்கள் பெற்றிருந்த குறுகிய காலப் பயன்களைப்போலப் பல மடங்கு விலையை நீங்கள் அதற்காகக் கொடுக்க வேண்டி வரலாம்.

4. பயிற்சி. பயிற்சி, பயிற்சி.

உங்களுக்குக் கிடைக்கின்ற ஒவ்வொரு சந்தர்ப்பத்திலும் பேரப்பேச்சில் ஈடுபடுங்கள். நீங்கள் உடைகளை வாங்கினாலும் சரி, கார், வீட்டு உபயோகப் பொருட்கள் அல்லது ஒரு வீட்டை வாங்கினாலும் சரி, உங்களுடைய பேரப்பேச்சுத் திறமையைக் கூர்மையாக்கிக் கொள்வதற்காக அதில் ஈடுபடுங்கள். பேரப்பேச்சுத் திறமை, தொடர்ந்து அதில் பயிற்சி பெற்றுக் கொண்டிருப்பதன் மூலம் மட்டுமே உங்கள் வசப்படும். அதில் நீங்கள் திறமையாக விளங்குகின்றபோது, உங்களுடைய வாழ்க்கையில் அதற்குப் பிறகு நீங்கள் செலவழிக்கின்ற அனைத்திலும் சுமார் இருபது சதவீதம்வரை அது உங்களுக்குச் சேமித்துக் கொடுக்கும். பேரப்பேச்சுத் திறமை உங்களுக்கு நேரம், பணம் மற்றும் ஆற்றலைக் கணிசமாக மிச்சப்படுத்திக் கொடுக்கும். அது உங்களை அதிக ஆற்றல்வாய்ந்த நபராக ஆக்கும். உங்களுடைய தனிப்பட்ட வாழ்க்கையிலும் தொழில் வாழ்க்கையிலும் நீங்கள் வெற்றிகரமாகத் திகழ அது பெரும் பங்களிக்கும்.

பேரப்பேச்சுத் திறமை பிறப்பால் வருவதன்று. மாறாக, அது நாமாக நம்மிடம் உருவாக்கிக் கொள்கின்ற

ஒன்று. பேரப்பேச்சு குறித்து இந்த நூலில் கூறப்பட்டுள்ள விஷயங்களைக் கற்றுக் கொண்டு, அவை உங்களுடைய இயல்போடு ஒன்றிப் போகின்ற அளவுக்கு அவற்றை நடைமுறையில் மீண்டும் மீண்டும் கடைபிடித்து வந்தால், உங்களால் மிகச் சிறந்ததொரு பேரப்பேச்சாளராக உருவாக முடியும். அதற்கு உங்களுக்கு ஏகப்பட்ட வாய்ப்புகள் கிடைக்கும். ஏனெனில், பேரப்பேச்சு என்பது வாழ்நாள் முழுவதும் பரவலாக நிகழ்கின்ற ஒரு செயல்முறை. அது ஒருபோதும் நிறைவுக்கு வருவதில்லை.

வாழ்த்துகள் !

PSV குமாரசாமி

இவர் ஒரு கவிஞர். மொழிபெயர்ப்பாளர். சுற்றுச்சூழல் ஆர்வலர். மலையேற்றப் பயிற்றுவிப்பாளர். புகைப்படம் எடுப்பதில் அலாதி ஆர்வம் உடையவர். ஊர் சுற்றுவதில் ஏக விருப்பமுடையவர். இவரது பல்லாண்டுகால மொழிபெயர்ப்பு அனுபவத்தில் எண்பதுக்கும் மேற்பட்ட நூல்கள், எண்ணற்றக் கட்டுரைகள் மற்றும் கவிதைகள் வெளிவந்துள்ளன. இலக்கியம், சுயமுன்னேற்றம், சுற்றுச்சூழல், பொருளாதாரம், அறிவியல் போன்ற பல்வேறு துறைகள் தொடர்பான நூல்கள் அவற்றில் அடங்கும்.

ரோன்டா பைர்னின் உலகப் புகழ்பெற்ற நூலான 'இரகசியம்', டோனி ஜோசஃபின் 'ஆதி இந்தியர்கள்', ஸ்டீபன் ஹாக்கிங்கின் 'ஆழமான கேள்விகள் அறிவார்ந்த பதில்கள்' போன்றவை இவருடைய மொழியாக்கத்தில் வெளிவந்துள்ள நூல்களில் குறிப்பிடத்தக்கவை.

இவர் தன் மனைவி திருமதி நாகலட்சுமி சண்முகம் அவர்களுடனும் தன் மகன்கள் இருவருடனும் தற்போது மும்பையில் வசித்து வருகிறார்.

பிரையன் டிரேசி

உலகில் இன்று தலைசிறந்த வியாபாரப் பேச்சாளர்களில் ஒருவராகத் திகழ்பவர் பிரையன் டிரேசி. 75 நாடுகளைச் சேர்ந்த 1,000க்கும் அதிகமான பெருநிறுவனங்களுக்கும் 10,000க்கும் அதிகமான சிறிய மற்றும் நடுத்தர நிறுவனங்களுக்கும் தலைமைத்துவம், மேலாண்மை, விற்பனை, வியாபார மாதிரி மறுசீரமைப்பு, இலாப மேம்பாடு ஆகிய விஷயங்களில் பல கருத்தரங்குகளை அவர் வடிவமைத்து வழங்கியுள்ளார்.

உலகம் நெடுகிலும் 5,000க்கும் அதிகமான சொற்பொழிவுகளை அவர் ஆற்றியுள்ளார். இதை 50,00,000க்கும் அதிகமானோர் கேட்டுள்ளனர். அவர் தற்போது ஒவ்வோர் ஆண்டும் 2,50,000 மக்களிடையே உரையாற்றி வருகிறார். அவர் உருவாக்கியுள்ள சுவாரசியமான, காணொளி சார்ந்த பயிற்சி வகுப்புகள் 38 நாடுகளில் கற்றுக் கொடுக்கப்படுகின்றன.

பிரையன் டிரேசி ஒரு வெற்றிகரமான நூலாசிரியர். அவர் 80க்கும் அதிகமான நூல்களை எழுதியுள்ளார். அவை 42க்கும் அதிகமான மொழிகளில் மொழிபெயர்க்கப்பட்டு இருக்கின்றன.

பிரையன் டிரேசி தன் மனைவியுடன் கலிபோர்னியாவில் சொலானா பீச் நகரில் வசித்து வருகிறார். அவருக்கு நான்கு குழந்தைகளும் ஐந்து பேரக்குழந்தைகளும் உள்ளனர்.